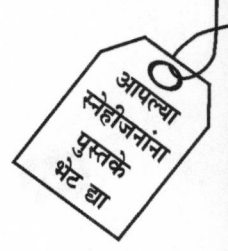

आपल्या स्नेहीजनांना पुस्तके भेट द्या

कवडसे

शिवाजी सावंत

मेहता पब्लिशिंग हाऊस

Please contact us at **Mehta Publishing House,** 1941, Madiwale Colony, Sadashiv Peth, Pune 411030.
✆ +91 020-24476924 / 24460313
Email : info@mehtapublishinghouse.com
production@mehtapublishinghouse.com
sales@mehtapublishinghouse.com
Website : www.mehtapublishinghouse.com

- *या पुस्तकातील लेखकाची मते, घटना, वर्णने ही त्या लेखकाची असून त्याच्याशी प्रकाशक सहमत असतीलच असे नाही.*

KAVADASE by **SHIVAJI SAWANT**

कवडसे : शिवाजी सावंत / लेखसंग्रह

© मृणालिनी सावंत, अमिताभ सावंत
ए-९०२, द गेटवे, भारती विद्यापीठ शाळेजवळ, बालेवाडी, पुणे - ४११०४५.

प्रकाशक : सुनील अनिल मेहता, मेहता पब्लिशिंग हाऊस,
१९४१, सदाशिव पेठ, माडीवाले कॉलनी, पुणे - ४११०३०.

मुखपृष्ठ : चंद्रमोहन कुलकर्णी

प्रथमावृत्ती : २००३ /
मेहता पब्लिशिंग हाऊसची सुधारित द्वितीय आवृत्ती : सप्टेंबर, २०१८

P Book ISBN 9789353171230
E Book ISBN 9789353171247
E Books available on : play.google.com/store/books
www.amazon.in

सावंत साहेबांच्या वाचक चाहत्यांना
सस्नेह अर्पण

मनोगत

मृत्युंजयकारांच्या वेगवेगळ्या ठिकाणी विखुरलेल्या लेखांना एकत्रित करून पुस्तकरूप देताना एक रुखरुख लागली आहे. ते असताना अशा प्रकारच्या कामात मी कधी लक्ष घातलं नाही आणि आता ते नसताना त्यांच्या आठवणींसाठी मी हे काम सुरू केलं आहे. सुरुवात करताना मन उदासच होतं, पण त्यांचे हे वेगळ्या वेगळ्या विषयांवरचे वेगवेगळ्या काळातले लेख वाचताना पुन:प्रत्ययाचं समाधान मिळालं आणि वाटलं, हे सगळं एकत्रित स्वरूपात आणणं आवश्यक आहे. नाहीतर काळाच्या ओघात हे कुठेतरी वाऱ्यावर विरून जाईल.

सावंतसाहेबांच्या लेखणीला कुठलाच विषय वर्ज्य नव्हता हे खरं, तरी पण त्यांची लेखणी दिव्यत्वाच्या, भव्यतेच्या दर्शनानं भारावून जात होती. ह्या पुस्तकातले लेख पाहिले तर त्यांच्या लेखणीनं पुराण, इतिहास आणि वर्तमान तिन्ही कालांना स्पर्श केलेला दिसतो. महाभारतकालीन स्त्री-पुरुष व्यक्तिरेखा उकलून दाखवणारी त्यांची लेखणी मला जास्त प्रिय आहे. पुराण कालातले वीर पुरुष असोत, स्त्रिया असोत, इतिहास कालातले संत असोत किंवा आधुनिक कालातले रामकृष्ण-विवेकानंदांसारखे महापुरुष असोत; कुठलाही विषय असला तरी सावंतसाहेब त्यात खोलवर जाण्याचा प्रयत्न करतात. ते उथळ पाण्यात रमत नाहीत, विशाल आणि अथांग समुद्राकडे त्यांची ओढ असते.

सावंतसाहेबांनी उभ्या केलेल्या हजारो वर्षांपूर्वीच्या व्यक्तिरेखा म्हणजे पुराणातली वांगी नसतात, तर २१ व्या शतकाशी त्यांचा सांधा असा जुळलेला असतो की कित्येक वाचक त्यातून जीवनदायी प्रेरणा घेतात.

ह्या लेखसंग्रहातही सावंतसाहेबांची ही वैशिष्ट्यं तर मला जाणवलीच पण समकालीन लेखकांच्या लेखनाचं मोकळेपणानं कौतुक करण्याचा त्यांच्या मनाचा खुलेपणाही मला जाणवला. ते माणसातली विकृती शोधत नाहीत— शोधतात त्याला झालेला दिव्यत्वाचा स्पर्श— मग तो भक्तीचा असेल, प्रतिभेचा असेल किंवा सामाजिक कणवेचा असेल.

सावंतसाहेबांच्या महाकादंबऱ्यांत तर त्यांच्या लेखणीचं सामर्थ्य वाचकाला भारावून टाकणारंच असतं, पण ह्या छोट्या छोट्या लेखांतील तेज:पुंजांचं महत्त्वही मला कमी वाटलं नाही. त्यांच्या कादंबऱ्यांमध्ये त्यांच्या प्रतिभासूर्यानं वाचकांना दिपवून टाकलं; पण ह्या लेखसंग्रहातही त्यांच्या प्रतिभासूर्याचे विविध आकारांचे कवडसे सुद्धा वाचकाला एक वेगळाच आनंद मिळवून देतील याबद्दल मला शंका नाही.

— मृणालिनी सावंत

प्रस्तावना

आपल्या गुणावगुणांचं पूर्वजन्मीचं सारं संचित बरोबर घेऊन माणूस नूतन जन्म घेतो अशी भारतीयांची धारणा आहे. त्या धारणेनुसार विचार केला तर शिवाजीराव सावंत हे आपल्या लोकविलक्षण साहित्यगुणांबरोबरच वरिष्ठांविषयी परमादर आणि कनिष्ठांविषयी परमक्षेम हे गुण बरोबर घेऊनच जन्माला आले होते असं म्हणावं लागेल. लेखसंग्रहात त्यांचे हे गुण परोपरीनं प्रतीत होतात.

या लेखसंग्रहात त्यांनी जी व्यक्तिचित्रं उभी केली आहेत ती समकालीन असली तरी त्यांच्यापेक्षा वयानं मोठी आहेत. ग. दि. माडगूळकर, तात्यासाहेब शिरवाडकर, रणजित देसाई, बाळासाहेब ठाकरे, सुमित्राराजे भोसले प्रभृती मोठ्या माणसांची प्रसंगविशेषी जी व्यक्तिचित्रं रेखाटलेली आहेत ती आदरभावानं भरलेली आणि भारलेली आहेत. त्यांच्या गुणांचं भरपूर माप त्या त्या मोठ्या व्यक्तींच्या पदरात टाकलेलं दिसतं. ही व्यक्तिचित्रं रेखाटताना ते स्वतः लहान होऊनच त्यांच्या दारी जातात. लहान होऊनच तिथे बसतात. त्यांच्याशी आदरानं बोलतात आणि नंतरच त्यांच्याविषयी आदरानं लेखणी चालवतात. स्वतः शिवाजीरावांनी साहित्याच्या क्षेत्रात मानाचं श्रेष्ठ पान प्राप्त करून घेतलं, परंतु या मोठ्या लोकांसमोर ते पान सोडून नतमस्तक होतात. त्यामुळे शिवाजीरावांच्या प्रस्तावित मोठेपणात भरच पडते. हा गुणी माणूस या नम्रतेमुळं अधिक गुणवान दिसतो. 'गुणी

गुणं वेत्ति' हे तत्त्व त्यांना तंतोतंत लागू पडतं.

वि. स. खांडेकर हे शिवाजीरावांचं परमश्रेष्ठ दैवत! त्यांचं अवर्णनीय वर्णन करताना ते लिहितात- 'भाऊ शब्दसृष्टीतील अमृतवेल.' 'मोठेपणी धाकुटे व्हावे' या त्यांच्या जन्मजात मनोवृत्तीनं त्यांनी ही सारी व्यक्तिचित्रं टिपली आहेत. त्यामुळे त्या चित्रणात औपचारिकता न वाटता ती व्यक्तिचित्रं जिवंत वाटतात.

शिवाजीरावाचं जन्मगाव आजरा. त्या आपल्या जन्मगावाचं जे चित्र त्यांनी उभं केलं आहे ते तर साक्षात जिवंत वाटतं. निर्जीवाला सजीव करणं ही त्यांच्या लेखणीची किमया खरोखर वाखाणण्यासारखी आहे.

त्यांच्या चतुरंग अक्षर साहित्यामुळे शिवाजीरावांना मोठेपणा प्राप्त झाला खरा, परंतु त्याही अवस्थेत ते आपला छोटेपणा विसरले नव्हते. त्यामुळे नवथर लेखकांनाही ते सुयोग्य आणि सहानुभूतीनं मार्गदर्शन करीत असत. वडीलधाऱ्यांविषयी आदरभाव आणि लहानांविषयी सहानुभूती हा त्यांच्या स्वभावाचा जन्मजात स्थायीभाव होता. जे आपलं मोठेपण सहजी विसरतात तेच खरेखुरे मोठे असतात. ते त्यांचं मोठेपण या साऱ्या प्रासंगिक लेखांतून स्पष्टपणानं दृग्गोचर होतं.

आपली मराठी मातृभाषा ते शिरोधार्य मानतात. मराठी भाषेची कास कधी सोडू नका असं ते आवर्जून सांगतात, परंतु संस्कृत भाषेलाही त्यांच्या ठायी आदराचं स्थान होतं.

महाभारत हा त्यांचा खास विषय. महाभारताच्या वेगवेगळ्या आवृत्तींचा त्यांनी सखोल अभ्यास केला होता. इतिहासाचा देखील त्यांनी व्यासंग केला. कोणत्याही विषयावर लिहिताना त्यांनी समाजाची बांधिलकी सोडली नाही. समाजाचं आपण काही देणं लागतो हा विचार त्यांनी कधी सोडला नाही. महाभारतातून त्यांनी कर्ण हा विषय निवडला आणि त्यातूनच त्यांची अद्वितीय अशी 'मृत्युंजय' ही कादंबरी निर्माण झाली. मराठ्यांच्या इतिहासाच्या अभ्यासातून त्यांची 'छावा' ही छत्रपती संभाजी महाराजांवरील ऐतिहासिक कादंबरी निर्माण झाली. 'मृत्युंजय' ही त्यांची कादंबरी उभ्या जगात गाजली. इंग्रजीसह विविध भाषांतून त्या कादंबरीची भाषांतरं झाली. 'नोबेल' पारितोषिकासाठीही त्या कादंबरीचा विचार झाला.

त्याबद्दल बोलताना शिवाजीराव अभिमानानं आणि सार्थपणानं म्हणत, 'मला नोबेल पारितोषिक मिळालं नसेलही! परंतु त्या सर्वोच्च पदाला माझी कादंबरी शिवून तर आली ना?' त्या कादंबरीसाठी त्यांना 'सरस्वती सन्मान' हे त्या तोडीचं पारितोषिक मिळालं होतं या गोष्टीचा त्यांना अभिमान वाटायचा, परंतु त्याबद्दल त्यांनी गर्व मात्र कधी मिरवला नाही.

'मृत्युंजय' या कादंबरीवर कुणी काही टीका केली तर ते विनयानं म्हणत, 'कर्ण मला जसा भावला तसा मी रंगवला.'

आजचा असंख्य वाचकवर्ग मूळ महाभारतातील कर्णापेक्षा त्यांच्या 'मृत्युंजय' कादंबरीतील कर्ण खरा धरून चालतात हे त्यांच्या कादंबरीचं केवढं घवघवीत यश आहे!

महाभारतातील द्रौपदी वस्त्रहरण किंवा श्रीकृष्णाच्या तोंडी असलेलं 'चातुर्वर्ण्यं मया सृष्टम्' हे वचन नंतर घुसडलेलं आहे असं ते सांगतात. शिवाजीरावांच्या मते व्यासमहर्षी हे देखील महाभारत कालानंतर झालेले आहेत. महाभारतातील गांधारी, कुंती, द्रौपदी आणि रुक्मिणी या चार स्त्री व्यक्तिरेखा त्यांनी रंगवल्या आहेत. या साऱ्या संदर्भातील त्यांची मतं विवाद्य असली तरी ती मतं त्यांच्या सखोल अभ्यासावर अधिष्ठित आहेत हे मान्य करावंच लागतं.

कोणताही विषय त्यांनी लेखनासाठी घेतला म्हणजे त्या विषयात ते खोलवर अवगाहन करतात. भगवान श्रीकृष्णावरील त्यांची 'युगंधर' ही कादंबरी साकार करीत असताना या गोष्टीचा परोपरीनं अनुभव आला. एखादा भृंगराज मधुकर वृत्तीनं सदैव पुष्पप्रवास करून मधुर मध गोळा करतो त्याप्रमाणे शिवाजीराव सर्वत्र संचार करून त्या त्या लेखनासाठी संदर्भ गोळा करीत असत. अशा साहित्यिक प्रवासात पसाभर जरी संदर्भ सापडला तरी त्यांना त्याबद्दल घडाभर आनंद होई. त्यांनी चटावर कधीच कादंबऱ्या लिहिल्या नाहीत. त्यांचं लेखन कधीच कालबद्ध नव्हतं. ते केवळ अभ्यासबद्ध होतं. अभ्यासाचा हा प्रदीर्घ उपक्रम झाला म्हणजे मग लेखनाची बैठक बसे. त्यावेळी त्यांच्या सुविद्य पत्नी मृणालिनी यांचं त्यांना अपरंपार साहाय्य होत असे. मग भल्या पहाटेपासून दिवस सुरू व्हायचा तो त्या दिवसाचा शेवट कधी व्हायचा हे त्यांचं त्यांना कळत नसे. त्यांची ही लेखनसमाधी

वर्णनातीत असायची.

लहानांना प्रोत्साहन देण्याचा त्यांचा जन्मजात गुण आम्हाला कळला तो माझा मुलगा राजेंद्र याच्या एका कादंबरीच्या प्रकाशनाच्या वेळी! पांडुरंगशास्त्री आठवले यांच्यावर लिहिलेल्या 'देह झाला चंदनाचा' या त्याच्या कादंबरीच्या प्रकाशनाच्या वेळी शिवाजीरावांनी अध्यक्षस्थान भूषविलं होतं. त्यावेळी केलेल्या भाषणात त्यांनी राजेंद्राचं तोंडभरून कौतुक केलं होतं. त्यानंतरही त्यांनी राजेन्द्र आणि त्याची लेखक पत्नी सीमंतिनी यांना वेळोवेळी प्रोत्साहन दिलं होतं. लहानांना प्रोत्साहन देऊन कसं लिहितं करायचं ही विलक्षण किमया त्यांच्याजवळ होती. लहानांना प्रोत्साहन द्यायचं आणि थोरांचा मान राखायचा ही त्यांची स्पृहणीय पद्धत होती. त्याचमुळं ते पांडुरंगशास्त्री आठवले यांच्या भेटीसाठी आवर्जून गेले होते आणि त्यांनी शास्त्रीजींशी मोठ्या आदर-भावनेनं मनमोकळ्या गप्पागोष्टी केल्या होत्या.

शिवाजीरावांची दोन गोष्टींसाठी रास्त खंत होती. समीक्षकांनी आपली हवी तशी दखल घेतलेली नाही असं त्यांना वाटायचं आणि अगदी अलीकडे अखिल भारतीय मराठी साहित्य संमेलनाचं अध्यक्षपद आपल्याला प्राप्त व्हायला हवं ही दुसरी खंत त्यांनी उराशी बाळगली होती.

समीक्षकांनी त्यांची रास्त दखल घेतली नाही याविषयी वस्तुत: त्यांना खंत बाळगण्याचं मुळीच कारण नव्हतं. तसा विचार केला तर समीक्षकांपेक्षा वाचक मोठे असतात. शिवाजीरावांच्या कादंबऱ्यांचा खप लाखांच्या घरात झालेला आहे. त्यांना लक्षावधी वाचक लाभले ते समीक्षकांच्या भलावणीवरून नव्हे! ती त्यांची 'स्वयमेव मृगेन्द्रता' होती. लक्षावधी वाचक हे त्यांचं बलस्थान होतं. वाचकांच्या या वादळवाऱ्यात समीक्षक कुठल्या कुठे उडून जात याचा पत्ताही लागत नसे. मग शिवाजीरावांना समीक्षकांची दाद हवी कशाला? समीक्षकांच्या उपेक्षेविषयी त्यांना खंत बाळगण्याचं कसलंही कारण नव्हतं.

आणि साहित्य संमेलनाचं अध्यक्षपद! ते तर सदैव त्यांच्या पायातळी होतं. त्या अध्यक्षपदाचा मान त्यांना प्राप्त होण्यापेक्षा त्या अध्यक्षपदाला त्यांचा मान प्राप्त झाला असता. दोन-चार मामुली पुस्तकं लिहून त्या अध्यक्षपदाचा मान मिळविण्यापेक्षा ते त्या पदापासून दूर राहिले हा

त्यांचा खरा मान राहिला. तेव्हा त्यांची ती खंतही व्यर्थ होती.

साहित्यातली मानाची साहित्य अकादमी आणि साहित्य संमेलनाध्यक्ष या दोन पदव्या त्यांच्या वाटेवरच होत्या, पण गडही गेला आणि सिंहही गेला अशी अवस्था झाली ही खरी खंत आहे. प्रस्तुत लेखसंग्रहात त्यांचे सारे साहित्यगुण बीजरूपानं दृग्गोचर होतात. साहित्यक्षेत्रातील सारे पराक्रम गाजवून त्यांनी केलेलं हे साहित्य स्वर्गारोहण पर्व आहे.

— भा. द. खेर

आनंदनगर, सिंहगड मार्ग,

पुणे- ४११ ०५१

फोन : २४३५८२५८.

अनुक्रमणिका

माझं जन्मगाव... आजरा

'आजरा' माझं जन्मगाव! कुठल्याही माणसाचं कुठलंही जन्मगाव ही त्याच्या जीवनातील मर्मबंधातली ठेव असते. तशात ते गाव निसर्गत: अजोड, सुंदर असेल तर ती ठेव सुंदर व अजोड सुंदरच ठरते.

हॉलिवूडच्या कुठल्याही सौंदर्यप्रेमी दिग्दर्शकाला कॅमेरा सरसावून चित्रीकरणाचा प्रारंभ करण्याची सहज प्रेरणा व्हावी, असं आहे माझं आजरा. आहे कोकणात, सावंतवाडीत उतरणाऱ्या आंबोली घाटाच्या अलीकडं, घाटमाथा धरून. कॅलिफोर्नियातील एखादा निसर्ग सुंदर नयनहर स्पॉट असावं तसं! घाटमाथा धरून असल्यानं इथलं आभाळ श्रीपाद कृष्ण कोल्हटकरांनी 'महाराष्ट्र गीतात' वर्णन केल्याप्रमाणे शब्दश: 'ठेंगणं' वाटतं. मनात प्रतिसाद देणारी जिवंत नस असेल तर खूप-खूप स्वर्गीय भाषेत बोलतं आजऱ्याचं 'ठेंगणं', निळंशार आभाळ! त्यात शाळूचे म्हणजे सुगीचे, कापणीचे दिवस असले, शिवारातील पिवळी धमक झालेली भाताच्या लोंब्यांची लड मावळ वाऱ्यावर डुलू लागली, आंब्याच्या डेरेदार गच्चपणात कवडे घुमू लागले, रानात तिळाची, भुईमुगाची पिवळी फुले डुलू लागली की, आजऱ्याची ही 'गगन बोली' मनाचे सप्तसूर टिपेने छेडते.

उभ्या महाराष्ट्राच्या मऱ्हाटी मुलखात इतकं चपखल, गोमटं व साजरं नाव लाभलेलं दुसरं गाव नाही सापडायचं. 'अजर' सौंदर्यानं अंगभर नटलेलं ते आजरा!

एखाद्या गरत्या शेतकरी अस्तुरीनं न्याहरीच्या दुरडीत दह्याचं काळंशार लोटकं ठेवावं तसं निसर्गदेवतेनं हे गाव घाटमाथ्यावर ठेवून दिलेलं असावं! वस्ती फार नाही, दहा-बारा हजार असेल. गल्ल्याही जादा नाहीत. एक बाजारपेठ धरून डाव्या-उजव्या, सुरुवातीला व शेवटाला अशा. सध्याचं शिवाजीनगर म्हणजे पूर्वीच्या 'बाहेरचा वाडा' किंवा नवाबपूर, कुंभारवाडा, नाईक गल्ली, वाणी गल्ली, सुतार गल्ली, चाफे गल्ली, सोमवार पेठ, व्यंकटेश गल्ली व गावाच्या सरत्या टोकाला बारदेस्कर गल्ली अशी नावं असलेल्या, गाववाड्यातील जुनं 'गावठाण' पटकन डोळ्यांसमोर उभं करणाऱ्या.

गावाला हिरण्यकेशी व चित्रा या दोन नद्यांचा वेल्हाळ घेर आहे. दोन्हीची गळाभेटच 'संगम' म्हणून गावाच्या दक्षिण टोकाला पडलेली आहे. येथील संगम पुलावरून हिरवीगार भातखाचरं दोन्ही काठांना वाजवीत ह्या दोन्ही सह्यकन्या एकमेकींना ऊरभर भेटतात ते अनुपम दृश्य डोळाभर बघणं हे आजरेकरांचं स्वर्गसुख आहे. गावच्या उत्तर दिशेकडे हिरण्यकेशी नदीवर ब्रिटिशांच्या काळातील 'व्हिक्टोरिया पूल' आहे. एखाद्या गोमट्या बाळसेदार नवजात मुलाच्या गुब्बार गालावर पटकन खळी पडावी तसं आहे ते आजऱ्याचं रामतीर्थ हे एक-दीड मैलावर असलेलं अपार देखणं ठिकाण! रामतीर्थ हे गोपाळकृष्णाच्या हिरव्या रानवेलीच्या मुकुटातील मोरपीसच जसं! रामतीर्थ हे महाराष्ट्राच्या सह्यकडा धरून पहुडलेल्या निसर्गदेवतेला पडलेलं गोमटं 'पहाटस्वप्नच' आहे जसं काय!

इथं कुठल्या आदिम काळातले आहेत कळत नाहीत, पण विशाल कातळ दोन थरांमध्ये अंग सैल सोडून युगानुयुगं पसरले आहेत. त्यांच्या दोन स्तरांनी हिरण्यकेशीचे इथे दोन प्रपात केलेत. एक लहान धबधबा व एक मोठा. कडेला असलेल्या राम मंदिरातील घंटानादांचे तरंग अंगावर झेलत पावसाळ्यात तर हा धबधबा गर्जत, लाखो क्युसेस पाणी फेकत अविरत कोसळत असतो. या आदिम गर्जत्या धबधब्याची पावसाळी गाज ऐकून इथल्या आजरेकर स्त्री-पुरुषांची मने कशी कुठल्याही गहनतम प्रसंगाला निर्भयपणे तोंड देण्यासाठी दृढ झालेली आहेत.

हिवाळ्यात या दोन्ही धबधब्यांना धरून बिलगलेलं दाट धुकं

भल्या पहाटे ज्यानं डोळाभर बघितलं असेल त्याला रामटेकवरून मेघदूताला सादवून गेलेल्या कालिदासाची आठवण झाल्याखेरीज राहणार नाही.

उन्हाळ्यात हिरण्यकेशीचे पात्र रोडावते. दोन्ही धबधब्यांलगतचे हातात हात घालून शिस्त धरलेले काळेशार कातळ उघडे पडतात. कधीतरी लाव्हारस थंड होऊन आकार धरलेले हे शीसरंगी थोराड कातळ निळ्या, ठेंगण्या आभाळातून तळपत्या सूर्यदेवानं फेकलेला सोनेरी तेजरस पिऊन असे काही तळपू लागतात की, रामतीर्थावर येताच सर्वप्रथम ते आपली नजर बलात खेचूनच घेतात! महाराष्ट्रात मी अनेक ठिकाणी फिरलो, अनेक ठिकाणचं पाषाण सौंदर्य पाहिलं, पण माझ्या आजऱ्याच्या या 'रामतीर्थी पाषाणांची' सर काही कुणाला येणार नाही. त्यांची सूर्यकिरणातील नेत्रदीपक झळझळ बघायला ऐन उन्हाळ्यात रामतीर्थालाच जायला पाहिजे!

दोन नद्यांचा संगम, रामतीर्थाचा हा धबधबा, गावाला धरून आभाळात चढलेली उंचच उंच आंबा, नीलगिरी, फणस, जांभूळ, नाग- सोनचाफा अशी झाडं, हंगाम धरून गावच्या गावंदरीच्या शिवारपट्टीत उतरणारे कवडे, साळुंकी, धनछडी, भारद्वाज, रानरावे, परटीण, खंडे, बुलबुल, तित्तर असे पक्षी या सर्वांच्या निसर्ग संस्कारानं आजरेकर स्त्री- पुरुष, पोरं-ढोरं एका विशिष्ट बाजाची, माटाची बनलेली आहेत. तो कुठल्याही धर्माचा, पंथाचा, विचारांचा असो; आजऱ्याचा समर्थ निसर्ग त्याला आपल्या विविधरंगी रंगपंचमीत अंतर्बाह्य बुचकळून काढल्याशिवाय सोडतच नाही. इथला अनाघ्रात निसर्ग इथल्या गावकऱ्यांनाही अनाघ्रात मनाचे करून जातो. इथला आजरेकर स्त्री-पुरुष आतबाहेर निर्मळ मनाचा बनतो. हिरण्यकेशीत सापडणाऱ्या झळझळीत शाळिग्रामासारखंच असतं आजरेकरांचं मन. तुम्ही एका मुठीनं प्रेम द्यावं, ते दहा मुठीनं अबोलपणे परत देतील.

आजरा, आजरेकर, तेथील ताजा, अनाघ्रात वरवर अबोल वाटणारा पण खूप बोलणारा निसर्ग हे एक अखंड असं 'युनिट' आहे. माझ्यासाठी ते ह्या छोटेखानी लेखात आशयासह व्यक्त करता येईल असं मुळीच नाही. तो स्वतंत्र खंडकाव्याचा, कादंबरीचाच विषय आहे.

'मृत्युंजय', 'छावा' या माझ्या आता रसिकांच्याच झालेल्या

साहित्यकृतींच्या चोखंदळ वाचकांसाठी लेखाखेरीज सांगतो. ह्या दोन्ही कलाकृतींत सहज अवतरलेला निसर्ग हा आजऱ्याच्या माझ्या अंतर्मनात साकळलेल्या निसर्गाचं चिंतनानंतर साकारलेलं रूप आहे.

यासाठी आचार्य दोंदे एकदा आजऱ्याला आले असताना त्यांना 'माझं' 'आजरा' पटकन व नीट कळावं म्हणून जे काव्य त्यांच्यासमोर म्हटलं होतं, त्यातील मी विसरूच शकत नाही अशा ओळी उद्‌धृत करून थांबतो. त्या आहेत—

सह्याद्रीच्या कुशीत वसले
गाव चिमुकले माझे
'अजर' तयाच्या सौंदर्याने
नाव 'आजरा' साजे!
भोळी-भाबडी किती बालके
लाल लाल मातीची
श्रमती, झिजती परि न कुढती
मने लाल मातीची!!

इति अलम्.

◆

माझी धरती, माझं आकाश

तो सोमवार होता, १९४१ सालातल्या नोव्हेंबर महिन्याचा. दिवस कडक थंडीचे होते. तेव्हा मी आजऱ्यातील मराठी शाळेतल्या तिसरीत शिकत होतो. शाळा होती गावदेव रवळनाथाच्या माडीवर. तेव्हाच्या शाळा एकशिक्षकीच होत्या. म्हणजे एका वर्गाला एकच शिक्षक दिवसभर शिकवायचे. पाढे तेच म्हणवून घ्यायचे, गणित तेच शिकवायचे, शुद्धलेखनही तेच घालायचे. आजऱ्याची ही देवळाच्या माडीवरची शाळा नमुनेदार होती. आज देवळाचाही जीर्णोद्धार झालाय. भव्य रुपडं घेऊन ते उभं आहे. त्या वेळचं आजऱ्याचं क्षेत्रपाळ रवळनाथाचं देऊळ इवलंसं होतं. एकूणच माझं जन्मगाव आजरा त्या वेळी छोटंसंच होतं. आजरा महाल होता. कर्नाटकातल्या बेळगाव जिल्ह्यातल्या हुक्केरी प्रांताला चक्क जोडलेला. आजरा धड देशावर नाही, धड कोकणात नाही, असं चिमुरडं गाव. घाटमाथ्यावरचं घाटोळं गाव, तेही त्या वेळेच्या इचलकरंजी जहागिरीतील गाव. इचलकरंजीचे विख्यात जहागिरदार बाबासाहेब घोरपडे यांच्या अखत्यारीत आजरा महाल होता. बाबासाहेब दूरदृष्टीचे, डोळस शिक्षणप्रेमी. त्यांना संगीताची व विविध कलांची जाणती आवड होती.

उन्हाळ्यात जहागिरदार बाबासाहेब थंड हवेचं ठिकाण म्हणून आजऱ्याजवळच्या माधवगिरीला येत. माधवगिरी आजरा-सावंतवाडीला जोडणाऱ्या आंबोली घाटात आहे. हा आंबोली घाट आजऱ्यापासून

चाळीस-एक कि. मी. आहे. आजही घनदाट वनराईनं नटलेला हा नागमोडी घाट उतरलं की सावंतवाडी हे शहर येतं. आडनावाचंच नाव धारण करून वावरणारं 'सावंतवाडी' हे माझ्या माहितीतील एकमेव शहर!

महाराष्ट्रात नाशिक जिल्ह्यातील साल्हेर-मुल्हेरपासून ते तद्दन कोल्हापूर जिल्ह्यातील चंदगड तालुक्यातील पारगडपर्यंत सह्याद्रीचा एक उभा सलग सुळका उतरलेला आहे. पृथ्वीच्या निर्माणाच्या प्रारंभीच्या काळातील ज्वालामुखीच्या उद्रेकातून साकारलेली ही शिलारसाची अनादी रेघ असावी. सह्याद्रीच्या या शिलारेषेवर लोणावळा, महाबळेश्वर, पन्हाळा, आजरा, आंबोली अशी उतरती रम्य ठिकाणं आहेत. ही सर्व ठिकाणं घाटमाथ्यावरची म्हणजे घाटोळी. थोड्याफार फरकानं या सर्व ठिकाणचं मानवी जीवन सारखंच दिसेल. प्राणीजीवन, निसर्गही जवळजवळ समानच आढळेल.

तर महाराष्ट्राचा कणा असलेल्या सह्याद्रीच्या शिलारसी तटावरचं माझं घाटोळं जन्मगाव आजरा. नकाशाच्या भाषेत अक्षांश सोळा व रेखांश चौऱ्याहत्तरवर वसलेलं. पश्चिमेच्या अरबी समुद्रापासून चांगलं सहाशेपंचवीस मीटर उंच असलेलं. दरसाल दोनशे इंच सरासरी पावसाचा मारा अंगावर झेलणारं. कधी कधी सलग तीन तीन दिवस पाऊस कोसळतोच आहे हे मी बालपणी अनुभवलेलं आहे. गाव सुमारे आठशे हेक्टर पसरलेलं आहे. त्या वेळी अठरा पगड गावकऱ्यांची संख्या असेल चार ते पाच हजार एवढीच. आज ती पंचवीस हजारांवर गेली आहे. पावसाचा मारा सोसण्यासाठी सर्व घरं कौलारू, उतरत्या छपरांची. संपूर्ण गावात गवताळू झोपड्या अशा दोनच. एक रामतीर्थावरच्या वाटेवरची, शेतातील तात्या भुईंबरांची झोपडी. दुसरी खडकावरच्या म्हातारीची.

आजऱ्यात उन्हाळा असा जाणवतच नसे. जाणवतात ते दोनच ऋतू. तेही घनदाटपणे. एक धो-धो कोसळणारा पावसाळा, दुसरा कडक थंडीचा, दाट धुक्याचा रेंगाळणारा हिवाळा.

प्रारंभी सांगितलेल्या सोमवारची कथा ही माझ्या आयुष्यातली मला स्पष्ट आठवणारी जुन्यातली जुनी पहिली घटना आहे. त्या दिवशी मी रवळनाथाच्या माडीवर तिसरीच्या वर्गात बसलो होतो. वर्ग कसा तर

चक्क सारवलेल्या जमिनीचा, जागोजागी उखणलेल्या जमिनीचा. जमिनीला आम्हा मुलांच्या बसण्यामुळं जागोजागी स्पष्ट दिसणारे खड्डेच तयार झालेले. आम्ही मानवी जीव नव्हतोच जसे काही. एखाद्या सशाची बसकण असते, तशी आमच्या वर्गातील जागा. वर्गाला साजेसेच मास्तर— वाटवे मास्तर. टरबुजासारख्या गोल चेहऱ्याचे. मूळचे गोरे. महालाच्या चौऱ्याऐंशी खेड्यांत वणवण भटकल्यामुळं ते गोरेपण रापलेलं. भोकरासारख्या मोठ्या डोळ्यांचे. काळ्याच पण भरगच्च छपरी मिशांचे. डुईच्या चकोटावर टोक नसलेली मळकट गोल गांधी टोपी दाबून बसविणारे. बिनकॉलरचा कापडी बटनांचा सफेद सुती शर्ट. गळ्याजवळचं बटन आवळून बसविणारे. हातोप्याच्या शर्टाखाली मळकट पायघोळ सुताडी धोतर कमरेला आवळलेले. पायात कापशी चपला. काहीही वाचताना शर्टाच्या खिशातील जाड भिंगाचा गोल चश्मा डोळ्यांवर चढविणारे. त्यामुळं त्यांच्याकडं बघणाऱ्या आम्हा मुलांना त्यांचे डोळे चश्म्यात न मावणारे नि आभाळाएवढे कसेतरीच दिसत.

वाटवे मास्तरांचा फक्त आम्हा तिसरीतील विद्यार्थ्यांनाच दरारा वाटे असे नाही. त्यांच्या दणदणीत धारदार आवाजामुळे पुढं 'कुमारभवन' हे नाव पडलेली आमची उभी मराठी शाळा त्यांना दचकून होती. एवढंच काय, बाजारपेठेसह सोमवारपेठ व आम्ही राहात होतो तो बाहेरचा वाडाही वचकून होता.

पं. भीमसेन जोशींच्या खर्जालाही लाजवील अशा स्वरात तिसरीत वाटवे मास्तरांनी शिकवलेलं एक गीत (मनात असूनही) मी आयुष्यभर कधीच विसरू शकलो नाही. आकडेशास्त्रातील शून्याची ओळख करून देणारं होतं ते गीत. त्या अजब, अविस्मरणीय गीताचा मुखडा असा होता—

वाटोळा बघ पोकळ हाऽऽ
चंद्रासम किती गोल हाऽऽऽ!

त्या सोमवारी वाटवे मास्तर हे गीत आम्हा तिसरीच्या मुलांना मन लावून शिकवत होते. आम्ही मुलं त्यांच्या भसाड्या संगीत दीक्षेचा शेव पकडून केकाटत होतो,

चंद्रासम किती गोल हाऽऽऽ!

मला स्पष्ट आठवतंय, गीत म्हणण्याच्या नादात मी नकळत माझ्या

बसकणीच्या खड्ड्याबाहेर आलो होतो. काळा रूळ हाती घेऊन यमदूतासारख्या वर्गभर फिरणाऱ्या वाटवे मास्तरांच्या ते पटकन ध्यानी आलं होतं. त्यांनी लाथेनंच मला बसकणीत ढकलून नीट बसतं केलं. हातातील चकचकीत शिसवी रूळ वर खाली नाचवत, डोळे वटारत म्हणायला लावलं—

'वाटोळा बघ पोकळ हाऽऽ
चंद्रासम किती गोल हाऽऽऽ!'

मी सावरून नीटनेटकं बसत आवाजी लावली—

'चंद्रासम किती गोल हाऽऽऽ!
वाटोळा बघ मोकळा हाऽऽ'

एवढ्यात देवळाचा दगडी जिना चढून धापावत वर्गात घुसलेल्या भंडाऱ्याच्या काशिनाथनं बेरंग केला. वरचा श्वास वर, खालचा खाली असा दमसास घेत कसंतरीच म्हणाला, ''दादांच्या शिवाला आत्ताच्या आत्ता माझ्याबरोबर सोडा मास्तर. ते गेल्यात...!''

वर्ग चिडीचाप झाला होता. मला काहीच कळलं नव्हतं. वाटवे मास्तर दराऱ्याचे असले तरी माझ्या दादांना मानत. एकाएकी ते माझ्याजवळ आले. वाकून माझ्या पाठीवर मायेनं थोपटत म्हणाले, ''पाटी पुस्तक बंगीत भर अन् या काशिनाथाबरोबर आत्ताच्या आत्ता घरी जा शिवा.'' वाटवे मास्तरांची आज्ञा परती सारणं मला शक्यच नव्हतं. मी ॲल्युमिनियमची मूठ असलेली पाटी, अंकलिपी, जागजागी शाईचे डाग पडलेल्या बंगीत भरली. बंगी खांद्याला लावताच काशिनाथनं माझा हात धरला. जवळजवळ फरफटतच तो मला कचेरीजवळच्या बाहेरच्या वाड्यातील घराकडे घेऊन चालला.

कसं होतं वयाच्या नवव्या वर्षी या वेळी माझं ध्यान? हातापायांच्या पार तुरकाट्या होत्या. पाझरतं नाक हाफ शर्टाच्या शेवाला अधूनमधून पुसण्याची सवय होती माझी. मी एकसारखा दादांचा— माझ्या वडिलांचा कितीतरी वर्षांचा विश्वासू सोबती असलेल्या काशिनाथला न राहून सारखा विचारत होतो, ''काश्यामामा... काश्यामामा, काय झालं? दादांचं काय?'' एरवी माझ्याशी मनसोक्त बडबड करणारा काश्यामामा एकही शब्द बोलत नव्हता. त्याचे डोळे सतत पाझरत होते. तो एकच म्हणत होता, ''तू लवकर चल— पाय उचल— काहीही विचारू नकोस.''

चन्नाप्पा बिल्ल्यांच्या दुकानासमोरून गोसावी गल्लीतून माझ्या घराकडं जाणारा एक चिंचोळा जवळचा रस्ता होता. तो जिथं बाहेर पडे, तिथं दोन-तीन उंचच उंच वडाच्या झाडांची दाटी होती. त्यांच्या गर्द सावलीत कोकणातून येणारे गाडीवान मुक्कामासाठी उतरत. बरीचशी आंब्याचीही झाडं होती. काही उंबराची व फणसाचीही होती. तो भाग आजऱ्यात व महालाच्या चौऱ्याऐंशी खेड्यांत 'आमराई' म्हणूनच ओळखला जाई.

आम्ही दोघं गोसावी गल्ली पार करून आमराईत आलो. एव्हाना काहीतरी अप्रिय, अशुभ घडलंय या धसक्यानं, नाना कुशंकांनी मी कासावीस झालो होतो. आमराईतलं वनराईच्या मखरातलं माझं कौलारू घर दिसताच मी काश्यामामाचा हात झटकला. घरासमोरच्या आखाडाबंद कुंपण फिरलेल्या अंगणात आजरेकर स्त्री-पुरुषांचा मेळ दाटलेला होता. खांद्यावरची खाकी बंगी सावरत मी बाणासारखा धावत सुटलो. मला कशाचंही भान नव्हतं. घरी काय विपरीत घडलंय कळत नव्हतं. आमराईतले खाचखळगे मला समजत नव्हते. काश्यामामा भंडारी हात उंचावून "शिवा, थांबऽ... थांब पडशील" म्हणत मागून धावत होता.

...आणि ...आणि काश्यामामाच्या तोंडून जशी काही सटवीच बोलली. एका दगडाला ठेचकाळून मी दाणकन तोंडघशी भुईवर आदळलो. खांद्यावरची खाकी बंगी एकीकडं, आतलं पाटी-पुस्तक एकीकडं, मी एकीकडं अशी स्थिती झाली. गुडघ्याला खरचटलं. दिवस थंडीचे असल्यामुळं त्या खरचटण्यातून असह्य वेदना मस्तकापर्यंत झिणझिणू लागल्या. काश्यामामानं मला उठवलं. त्यानंच बंगी भरली. मुसमुसतच मी त्याचा हात धरून घरासमोरच्या कुंपणाचा आखाडा ओलांडून अंगणात आलो. अंगणात आजरेकर स्त्री-पुरुष मंडळी दाटली होती. बायका तोंडाला पदर लावून मुसमुसत होत्या. अंगणात नेसकाठ्या, सुंभ, शेणकूट, मडकं, फडकं असं पूर्वी कधीच न बघितलेलं साहित्य एकवटलं होतं. आम्ही घराच्या बैठकीच्या खोलीत आलो. आईच्या अंगावर पूर्वी कधीच न पाहिलेलं पातळासारखं नेसलेलं चक्क पांढरं धोतर होतं. 'वहिनी', 'काकू' म्हणत तिच्या जिव्हाळ्याच्या शेजारणी तिला सावरू बघत होत्या. अधून-मधून ती उसळत होती. आमच्या लांबलचक घराच्या पिछाडीला असलेल्या विहिरीकडं धावू बघत होती. साऱ्या जणी तिला निकरानं आवरत होत्या. "आई जाऊ नकोस! मी

कुठं जाऊ?'' म्हणत मी तिच्या कमरेला घट्ट मिठी मारली. मला जवळ घेत थोड्याच वेळात ती शांत झाली. भिंतीला पाठ टेकवून बसताना गावकऱ्यांना काय काय करावं याची सूचनाही देऊ लागली. माझ्याजवळच माझे तीन मोठे बंधू बसले होते. मोठा विश्वास, नंतरचा मंगेश, त्याच्या पाठीवरचा यशवंत ऊर्फ तानाजी... नंतर आईचे शेंडेफळ मी.

सर्व गावकऱ्यांनी घराच्या अंगणात येऊन दादांचं अखेरचं दर्शन घेतलं. मोठा म्हणून पंधरा वर्षांच्या विश्वासनं स्फुंदतच रिवाजाचं मडकं उचललं.

आम्हा पोरवयाच्या भावंडांचे वडील— दादा श्री. गोविंदराव लक्ष्मणराव सावंत ऊर्फ बाहेरच्या वाड्यातले गोविंदराव दारूवाले गेले होते. तो होता सोमवार. तारीख होती- एकवीस नोव्हेंबर एकोणीसशे एकोणपन्नास.

त्या दिवशी घरात अन्न शिजलं नाही. रिवाजाप्रमाणं शेजाऱ्यांनी पाठवून दिलेल्या शिजलेल्या डाळभाताची भांडी घरी आली. आम्ही कुणीच त्यापैकी कशालाच हात लावला नाही.

माझ्या फुटलेल्या गुडघ्यातील रक्त केव्हा तरी आपोआपच साकळलं होतं. तेही मला कळलं नाही. पुढं आयुष्यभर देहालाच नव्हे तर मनालाही होणाऱ्या असंख्य जखमांचं रक्त असंच नकळत आपोआप साकळत सावरलं जाणार याची मला काहीही जाणीव नव्हती. कारण माझं या सोमवारी वय होतं- उमर वर्षं अवघं नऊ! ही जणू काही माझ्या पुढील घटनामय आयुष्याच्या नाटकाची रंगीत तालीमच होती.

तसे आम्ही सावंत मूळचे कोकणातलेच. जगातील सर्व सावंत आहेत तसेच सावंतवाडीचे. सर्व सावंतांचं मूळ कुलदैवत श्री रवळनाथ. आमचं गोत्र कश्यप. रवळनाथ हे शंभोचं म्हणजे ग्रामरक्षक शंकराचं— शिवाचंच रूप. शिव मूळचा वेदकालीन रुद्र. बऱ्याच लोकांचा असा अपसमज आहे की रुद्र, शिव किंवा शंकर म्हणजेच शंभो हे दैवत दक्षिणेकडचं असावं. पण तसं नाही. रुद्राचा स्पष्ट उल्लेख वेदात आहे. ब्रह्मा, विष्णू, महेश ही तशी इथून तिथवरच्या भारतीयांची आद्यदैवतं. त्यातही रुद्र किंवा शिव सर्वांत आद्य. भारतात असं गावठाण मिळणार नाही, जिथं कोणत्या ना कोणत्या रूपात शिवस्थल नाही. अनादिकाळात म्हणजे तप्त पृथ्वीची प्रचंड नैसर्गिक उलथापालथ होऊन वेगवेगळे खंड साकारल्यानंतर लगेच नुकत्याच थंड झालेल्या पृथ्वीवर आपल्या पूर्वजांनी

निसर्गाचे भयावह आविष्कार पाहिले. त्यांनी सतत कडाडणाऱ्या विजा पाहिल्या, ऐकल्या. धो-धो रोरावत कोसळणारे धबधबे पाहिले, ऐकले. उभा आडवा मुसळधार कोसळणारा पाऊस अनुभवला. दुथडी भरून वाहणाऱ्या अजगरी वळणाच्या महापुरातील लालेलाल नद्या पाहिल्या. निसर्गाचं अंगावर धावून येणारं हे रुपडं त्यांना धास्तावून गेलं. निसर्गाच्या या अनाकलनीय भिवभिवणाऱ्या सत्यरूपाला त्यांनी सहजच नाव दिलं 'रुद्र'. बऱ्याच शतकानंतर त्यांच्या वंशजांना हळूहळू उमगलं, की निसर्गाचं हे रुपडं दिसतं, वाटतं तेवढं काही भयावह नाही. उलट ते जीवनदायी आहे. त्यांनी रुद्राला नाव दिलं 'शंकर!'

किती अर्थपूर्ण आहे मूळ नाव. रुद्राला आपल्या अनामिक पूर्वजांनी सहज नाव दिलं शंकर! शंकर म्हणजे शं करोति इति शंकर; उद्विग्न मनाचं सांत्वन करतो तो शंकर. तो सेवा करायला व प्रसन्न व्हायला कठीण या खरं तर भाकडकथा आहेत. ते जाऊ द्या. रुद्र म्हणजे शंकर, शिव हा भोळा सांबच! सेवेलाही सोपा आणि प्रसन्न व्हायलाही सुलभ. मन:पूर्वक वाहिलेल्या बेलाच्या पानावर स्वारी नितांत खूश होणारी!

भारताच्या खेड्याखेड्यांत हा जीवन शिवकर करणारा शंकर नाना रूपांत उभा आहे. ग्रामरक्षक क्षेत्रपाल म्हणून. कुठं तो जोतिबा, खंडोबा, केदारबा, म्हसोबा, चाळोबा, विरोबा असा स्वच्छ. 'बा' म्हणजे बाप म्हणून हातात दंड किंवा हत्यार घेऊन उभा आहे. आजऱ्यात प्रवेश करतानाही वेशीवर असा एक म्हसोबा आहेच. तर कुठे तो नीळकंठेश्वर, केदारेश्वर, कुणकेश्वर, रामेश्वर, वाघेश्वर, महाबळेश्वर अशा 'ईश्वरा'च्या आश्वासक रूपात उभा आहे, तर काही गावांत तो आदिनाथ, भैरवनाथ, केदारनाथ, रवळनाथ असं चक्क कौटुंबिक 'नाथां'चं रूप घेऊन उभा आहे.

श्री रवळनाथाचं सावंतवाडी उर्फ सुंदरनगर येथील ठिकाण आहे पाटेश्वर. हा पाटेश्वर मात्र शिवराम राजे भोसले यांच्या राजवाड्यात बंदिस्त आहे. खास राजघराण्यातील निवडक लोकांसाठीच उपलब्ध असलेला, कडीकुलपात बंदिस्त असलेला. सर्वसामान्य सावंतांसाठी सावंतवाडीच्या पश्चिमेला पंधरा-एक कि. मी.वर ओटवणे येथे सर्वपरिचित कुलदैवत श्री रवळनाथ प्रतिष्ठित आहे. दुहाती घनदाट वनराई असलेल्या नागमोडी वाटेनं ओटवण्याला जावं लागतं. तिथं आंब्या-फणसाच्या

डेरेदार झाडांनी वेढलेली एक टेकडी आहे. तिच्यावर श्री रवळनाथाचं प्रशस्त हमचौक असलेलं लालसर जांभ्या दगडाच्या सुंदर घडाईचं रंगीत व टुमदार मंदिर आजही उभं आहे.

या मंदिरात त्रिकाळाची सविध पूजा चालते. पूजेच्या पाण्यासाठी शेजारी सखोल बारव आहे. गावोगावचे रवळनाथ भक्त गाऱ्हाणं घालायला, पंचाचा मान सांगायला तिथं आलेले दिसतात. खास करून रविवारी जास्त गर्दी असते.

जरी ओटवणं मूळ कुलदैवतस्थान असलं तरी आम्हा भावंडांचे पूर्वज ओटवण्याचे नव्हते. इतिहासाच्या धामधुमीच्या काळात बहुधा उत्तर पेशवाईत सावंतांची एक शाखा मालवणकडं सरकली. सावंतवाडी ते मालवण या मार्गावर काही ठळक गावं आहेत. कुडाळ, कणकवली, कसाल, कट्टा अशी. या कट्ट्याजवळ सुकळवाड नावाचं एक छोटेखानी गाव आहे. ते आमच्या आजोबांचं म्हणजे लक्ष्मणराव आत्माराम उर्फ आनंदराव सावंत यांचं गाव. त्यांचा पोटापाण्याचा पिढीजात व्यवसाय होता आताषीचा. म्हणजे शोभेची दारू तयार करण्याचा. या धंद्यात सुरुंगांची वात तयार करणे, तोफेची, बंदुकीची, उखळीची, ठेचणीची दारू, लग्नसमारंभात लागणारे भुईनळे, चंद्रज्योती, ठावकी, हुक्के तयार करणे अशा गोष्टी येतात. हा सर्व धंदा गंधक, मनशीळ, पोटॅश अशा स्फोटक पदार्थांशी निगडित आहे.

हा धंदा व घरची मोजकी भातशेती यामुळं लक्ष्मणराव अपार कष्टाळू, काटक होते. ते रंगानं सावळे होते. जसे कोकणी लोक असतात तसेच देवभोळे व पापभीरू होते. नेमानं ते पत्नीसह ओटवण्याला रवळनाथदर्शनाला जात. सुकळवाडचं गावदैवत आहे ब्राह्मणदेव. हा देव म्हणजे मालवणकडं जाणाऱ्या रस्त्याच्या उजव्या हाताला उतारावर असणारा एक प्रचंड उंच असा पिंपळवृक्ष आहे. पिंपळाला ब्राह्मणदेव म्हणणारे मालवणकर कल्पकच. इतिहासाच्या थोड्याशाही अभ्यासकाला एक गोष्ट पटकन ध्यानी येईल, ती म्हणजे हे सावंतांचं घराणं छ. शिवरायांच्या प्रेरक इतिहासातील दोन प्रमुख गावांशी निगडित आहे. शिवरायांच्या आताषी कारखाना असलेल्या कुडाळ-सिंधुदुर्ग या आरमारी जलकोट असणाऱ्या मालवणशी तो निगडित आहे.

तर सुकळवाडच्या या लक्ष्मणराव सावंतांना पाच मुलं झाली. सर्वांत

थोरला गोविंद. माझे वडील गोविंदराव. गोविंदच्या पाठीवर आत्माराम, नंतर पांडुरंग, महादेव व आनंदराव ही भावंडं. लक्ष्मणरावांची पत्नी दुर्गाबाई. तिला सर्व जण सर्वकाळ म्हणत मात्र भागीरथीबाई. ही गडहिंग्लज तालुक्यातील नेसरीजवळच्या सरोळी गावची. शिंदे घराण्यातली. बळवंतराव शिंद्यांची बहीण. या दांपत्याला दोन मुलीही झाल्या. पण त्या लहानपणीच वारल्या. सुकळवाडला लक्ष्मणरावांची अगदीच बेताची पोटापुरती भातशेती होती. आज तर तीही नाही. सुकळवाडला लक्ष्मणरावांची आज एकच खूण आहे. बाजारपेठेत बांदेकरांच्या घरासमोर एक लांबट कौलारू छप्पर. तेही आज किराणामालाचे व्यापारी असलेल्या बांदेकरांच्याच ताब्यात आहे. त्यांनी ते केव्हा, कोणाकडून, कसं घेतलंय काहीही माहिती नाही. बांदेकरांनी आज तर त्याचा हिरडा-बेहड्याची पोती ठेवण्यासाठी गुदाम म्हणून उपयोग केला आहे.

या कौलारू छपराखाली लक्ष्मणरावांच्या पोटी माझे वडील गोविंदराव यांचा भागीरथीबाईंच्या कुशीत जन्म झाला तो १८९० च्या दशकानंतर असावा.

गोविंद सर्व भावंडांत मोठा. आईच्या वाणावर गोमटा व देखणा. आईवडिलांचा व सुकळवाडकरांचा लाडका. अधूनमधून तो सणासुदीला आईवडिलांबरोबर आजोळी सरोळीला जाई. अशाच एका भेटीत बाल गोविंदाचा त्या काळच्या प्रथेप्रमाणं बालविवाह झाला. प्रत्यक्ष बाळमामाच्या लक्ष्मीबाई या मुलीशी. तिच्या पाळण्याशी चक्क बाशिंग बांधून हा लग्नसोहळा साजरा करण्यात आला. मात्र वधू लहान असल्यानं तिला सरोळीतच ठेवून सर्व जण सुकळवाडला परतले.

नंतर सहा वर्षांचे झाल्यामुळे लक्ष्मणरावांनी गोविंदाला सुकळवाडच्या मराठी शाळेत घातलं. तिथं तो कसाबसा चौथीपर्यंत शिकला. मग आबांच्या हाताखाली आताषीच्या धंद्यात आला. होय— लक्ष्मणरावांना तो आबा म्हणूनच हाकारत असे.

सुकळवाडही निसर्गसुंदर आहे. मात्र या गावाला नदी नाही. १८९० च्या दशकात हे गाव म्हणजे एक वाडीच होती. उणेपुरे शंभर-एक उंबरठे असलेली.

पेशवाईनंतरच्या ऐन इंग्रजी आमदनीच्या या काळात कोकणात साथीच्या रोगांचा बराच प्रादुर्भाव होई. धो-धो कोसळणाऱ्या पावसानंतर

कॉलरा, पटकीच्या साथी हटकून ठरलेल्या. मग प्लेग, देवी यांचाही विनाशी फेरा गावागावांवर फिरे. अशाच एका प्लेगच्या साथीनं लक्ष्मणराव व त्यांचा सर्वांत छोटा मुलगा आनंदराव यांचा एकाच दिवशी बळी घेतला. मागं राहिली ती कच्चीबच्ची चार भावंडं. थोरला गोविंद— गोदा, त्याहून धाकटा आत्माराम— आत्मा— कधी नुसताच रामा, नंतरचा पांडुरंग— पांडबा— पांडा, त्याहून सर्वांत लहान महादेव— म्हादबा— म्हादा. या मागच्या पुढच्या चार पिलांना घेऊन माझी— मी कधीच ना पाहिलेली आजी सुकळवाडला कसेबसे दिवस कंठू लागली. ती करारी, अपार कष्टाळू होती. पण तिचं सुकळवाडात काही निभेना. १९०७ च्या सुमारास तिनं माहेरी नेसरीजवळच्या सरोळीला बंधू बळवंत शिंद्यांच्याकडं जायचा निर्णय घेतला. तिची बालसून लक्ष्मीबाई माहेरीच होती. दोन-चार दिवस पुरतील अशा नाचणीच्या भाकऱ्या, कोरड्या खोबऱ्याची लसणाची चटणी, ढीगभर कांदे आणि एका थैलीत साठवणीचं नाचणीचं पीठ, तिखटमीठ घेऊन ती पायीच निघाली. पुढं १०-१२ वर्षांचा मोठा गोविंदा, काखेत बोचकं, उजव्या हाताला सर्वांत लहान म्हादाचा चिमुरडा हात, पाठीशी आत्मा-पांडाची जोडी अशा थाटात. तिच्या पायात भरपेट खोबरेल पाजलेल्या, करकर वाजणाऱ्या भक्कम कोकणी चपला होत्या. कपाळावर कुंकवाच्या जागी आलेलं ढबू पैशाएवढं हिरवट-निळं गोंदण होतं. दोन्ही हातांवर कोपरापर्यंत तसंच गोंदण गोंदलं होतं. अंगावर बळकट काष्टा कसलेलं सुताडी लुगडं व चोळी होती. तिनं या मोजक्याच वस्तूंशिवाय फक्त एकच मोलाची गोष्ट बरोबर घेतली होती, ती म्हणजे आताषीची— शोभेची दारू तयार करण्याचं कसब. म्हणजे हुक्के, ठावकी, चंद्रज्योती अशा आताषीच्या शोभेच्या वस्तू तयार करण्याचं कसब. लक्ष्मणरावांचा आताषीची शोभेची दारू तयार करण्याचा पिढीजात धंदा होता. शिवकाळापासून कुडाळ, कणकवली, कट्टा, सावंतवाडी भागात काही ठरावीक घराणीच यासाठी प्रसिद्ध होती. कुडाळचे दळवी, सावंतवाडीचे सावंत, सुभेदार अशी घराणी बंदुकीची, सुरुंगाची, गंधक, पोटॅश यापासून स्फोटक दारू तयार करण्यात ख्यातनाम होती. शिवरायांचा तर कुडाळला स्फोटाची दारू तयार करण्याचा कारखानाही होता. तो दळवींच्या देखरेखीखाली चाले. या आताषीची शोभेची व स्फोटाची दारू तयार करणाऱ्या

घराण्याला इतर सर्व अठरापगड समाज दारूवाले म्हणत.

माझी आजी— भागाबाई आपल्या नवऱ्याचं या धंद्यातील कसब समोर बघूनच बरंचसं शिकली होती. ती सुंदर भुईनळे उर्फ हुक्के भरीत असे. ठावकी, चंद्रज्योती तयार करीत असे. सुकळवाड सोडताना तिनं या धंद्याचं हुन्नर काय ते कनवटीला लावून आणलेलं होतं.

कसाल, कणकवली, कुडाळ, सावंतवाडी, आंबोली घाट, आजरामार्गे चितळं, चाफवडं मागं टाकीत आजी एकदाची सरोळीत आपल्या माहेरात आली. बंधू बळवंतरावांकडं राहू लागली. सरोळी हे गावही सुकळवाडसारखंच चिमुरडं आणि मागासलेलं. फरक एकच होता. सुकळवाड कोकणाच्या ऐन पोटातलं, मालवणी ठेक्यातलं गाव, तर नेसरीजवळची सरोळी तशी घाटोळी. पण माहेरच असल्यामुळं आजीला बिनधास्त वाटलेली. बंधूच्या घरी आजी मुलांसह काही वर्षं राहिली. मामानंही मुलांचं— भाचरांचं मायेनं स्वागत केलं.

जवळच काही मैलांवर असलेल्या नेसरीबद्दलचं कुतूहल किशोर गोविंदाच्या मनात फार होतं. त्याला कारण नेसरीच्या सरकार शिंद्यांचा तटबंदीचा वाडा हे होतं. त्यानं आजवर वाडा असा कधीच पाहिला नव्हता. सरोळीच्या भागाबाई शिंदे घराण्याचा नेसरीच्या बाबाजी नाईक गुरव यांच्या घराण्याशी जिव्हाळ्याचा संबंध होता. गुरवाने भागीरथीबाईला मुलांसह नेसरीला येण्याचा आग्रह केला. नेसरी हे ऐतिहासिक परंपरा असलेलं आदिलशाहीतील गाजलेलं गाव. तटबंदीच्या आत प्रशस्त वाडा असलेलं. त्या वाड्याचे व नेसरीतर्फेचे मानकरी शिंदे सरकार. आताषीच्या धंद्यात नेसरीत काहीतरी पाड लागेल या विचाराने भागाबाई नेसरीत मुलांसह नाईकांकडं आली. त्यांच्या घराशेजारीच एका जोडखोलीत राहू लागली. गुरवाच्या घराचा तिला मोठाच आधार होता. या घरात तिच्या मोठ्या मुलाच्या वयाचा एक प्रेमळ मुलगा होता. गोविंदाला लाभलेला त्याच्या जीवनयात्रेतील हा पहिलाच व अत्यंत नेकीचा जीवश्चकंठश्च मित्र ठरला. त्याचं नाव होतं- धाकलोबा नाईक गुरव.

जरी भागीरथीबाई मुलांसह नेसरीत आली तरी तिचं सरोळीला जाणंयेणं चालूच राहिलं. वडील वारल्यामुळे गोविंदाला त्याच्या बालपणीच आपोआपच एक जाण आली होती. आपल्या पाठच्या लहान भावंडांच्या भवितव्याचा भार आपल्यावर आहे हे त्याला चांगलंच कळून चुकलेलं

होतं. आपल्या आईनं सुकळवाड सोडून जीवनाच्या ग्रंथाचं एक पान निर्धारानं परतलं आहे हे तो जाणून होता. तिच्या आज्ञेत मनापासून वागत होता. आईच्या हाताखाली सुरुंगाच्या वाती तयार करणं, मनशीळ, पोटॅश एकत्र कालवून गावठी बंदुकीसाठी केपा तयार करणं, लगीनसराईत वरातीच्या वाटेवर धो-धो कोसळणारे ठिणग्यांचे धबधबे उभारणं, अशा कला तो पटकन शिकला. नाकीडोळी नीटस असलेला गोरापान गोविंदा नेसरीकरांना प्रिय झाला. त्याच्या व आईच्या सावलीखाली पाठचे आत्माराम, पांडुरंग, महादेव हे भाऊ वाढू लागले. पांडुरंग हुशार होता. मन लावून अभ्यास करी. वर्गात नियमित जाई.

ज्या गुरवाच्या शेजारी जोडखोलीत हे कुटुंब राहात होतं त्यांचे एक नातेवाईक आजऱ्याला होते. दाजी गुरव नावाचे.

बाबाजी नाईक आपला मुलगा धाकलू व त्याचा मित्र गोविंद यांच्यासह कधी कधी चालतच नेसरीहून मधल्या वाटेनं आजऱ्याला येत. त्यांच्या या प्रवासात वाटेवर चितळं, चाफवडं, बुरुडं अशी गावं लागत. येताना चितळेकर देसायांच्या वस्तीवर मुक्काम होईच. त्यामुळे चितळेकर संताजीराव देसाई घसटीचे झाले होते. तसेच बुरुड्याचे आप्पा गावडे पाटीलही दोस्तान्यात आले होते. आजऱ्यात दाजी गुरवांचा चार दिवस पाहुणचार घेऊन ही मंडळी नेसरीला परतत.

बाबाजी नाईक गुरव हे नेसरीकर शिंदे सरकाराच्या वाड्यावर नोकरीला होते. त्यामुळंच त्यांना नाईक म्हणत. बाबाजींना मुलगा असा एकच— धाकलोबा. मुली मात्र दोन होत्या. नोकरीसाठी शिंदे सरकारांच्या वाड्यावर जाताना कधी कधी बाबाजी आपल्या धाकलूबरोबर गोविंदालाही घेऊन जात. नेसरीकरांचा वाडा पहिल्यानं बघताच गोविंदा हरकून गेला होता. विशेषत: वाड्यातील मेहनतीचा तालीमखाना त्याला फार आवडला होता. तेथील मुदगल, मलखांब, दगडी गुंड बघून त्याला स्वत: त्या वस्तू हाताळण्याची उबळही येऊन गेली होती. धाकलूला सांगून त्यानं बाबाजीमार्फत सरकारांच्या या तालीमखान्यात रोज येण्याची परवानगीही काढून घेतली.

शिंदे-सरकारांच्या वाड्यावर एक वयस्क स्त्री खानदान होतं. सर्व जण त्यांना 'आईसाहेब' म्हणत. आईसाहेब गोऱ्यापान वर्णाच्या होत्या. त्यांच्या अंगावर नेहमी भरजरी शालू असे. त्याचा जरीकाठी पदर त्या

मुखडाभर सतत सावरून घेत. त्यांच्या नऊवारी नेसूच्या पायाजवळच्या घड्या फरसबंदीवर फरफटत जात. आईसाहेब त्या चुकूनही हातानं सावरून घेत नसत. अतिशय प्रेमळ होत्या त्या. तालीमखान्यात मेहनत करणाऱ्या नेसरीकर जवानांना कधी कधी त्या रांजणातील गडवा-गडवा ताक देत. ते देताना त्या मुखभर मंद हसत. ते हसणं गोविंदाला गडव्यातील ताकासारखंच निर्मळ वाटे. आपल्या आईला तो कौतुकाने सांगे, ''आई, आज मला आणि धाकलूला आईसाहेबांनी ताक दिलं.''

नेसरीकर शिंदे सरकारांचा वाडा प्रशस्त होता. त्याला भक्कम घडीव दगडांची तटबंदी होती. नेसरीकर शिंदे सरकार हे आदिलशाहीचे मानकरी सरदार होते. त्यांच्या वाड्यातील सदर, माजघरातील बैठकीचं दालन, देवघर, कोठीचं दालन, मुदपाकाचं दालन यात धाकलूबरोबर गोविंदा मनमुक्त वावरत असे. नेसरी हे आदिलशाहीच्या राजधानीच्या विजापूर शहराला आंबोली घाटामार्गे सावंतवाडीच्या तर्फेने थेट गोव्यापर्यंत जोडणारं मधोमधचं मोक्याचं ठिकाण होतं. शिंदे सरकारांच्या वाड्यात घोड्यांसाठी पागाही होती. त्यांचं शस्त्रागार नाना उपयुक्त शस्त्रांनी भरलेलं शिलेखान्याचं दालन होतं. त्यात ढाली, तलवारी, भाले, उखळी, जंबिये, कट्यारी अशी शस्त्रं भरलेली होती.

कधी कधी मोठा गोविंदा मैतर धाकलूबरोबर आपल्या धाकट्या तिन्ही भावंडांना घेऊन वाड्यावर जात असे. या भावंडांत पांडुरंग चौकस आणि हुशार होता. तो आपल्या दादाला म्हणजे गोविंदाला नाना प्रश्न विचारी. वाड्यातील माणसांची, रीतीरिवाजांची, भवतालच्या गाव-वाड्यांची बारीकसारीक माहिती तो आपल्या दादाकडून घेत असे. यामुळे हे दोघेही भाऊ वाड्यात रीतीरिवाज व एकूण व्यावहारिक कुशलता यात नकळतच तयार होत चालले.

बाळमामाच्या घराचा सकस आहार, शिंदे सरकारांच्या वाड्यातील तालमीचा माफक पण नियमित व्यायाम, नेसरीचा निसर्गसुंदर परिसर अशा कोंदणात गोविंदा तरुण झाला. ताडमाडासारखा उंच, भरगच्च व देखणा दिसू लागला. पाठची तिन्ही भावंडेही मोठी झाली. दरम्यानच्या काळात मैतर धाकलोबाबरोबर त्याचं अनेक वेळा आजऱ्याला दाजी गुरवांकडं जाणं-येणं झालं. दरवर्षी मात्र गोविंदा हटकून आपल्या जन्मगावी सुकळवाडला व रवळनाथाच्या दर्शनासाठी ओटवण्याला

जायचा चुकला नाही. जाताना तो आपल्या आईबरोबर एखाद-दुसऱ्या भावंडाला व पत्नी लक्ष्मीबाईला सोबत घेऊन जायला चुकत नसे. जशा कोकणपट्टीतील घरघरच्या म्हाताऱ्या असतात तशीच भागीरथीबाईही होती. तिला देवदेवस्कीची जन्मतःच व अंगभूत ओढ होती. तिची सावंतांच्या कुलदैवत रवळनाथावर दृढ श्रद्धा होती. रवळनाथाच्या उत्सवाचे दिवस तोंडावर आले की म्हातारीचं गोविंदाच्या मागं टुमणं सुरू होई — "कोकणात जायचंय, खर्चाच्या तयारीला लाग."

गोविंदाच्या जडणघडणीत भागाबाईंच्या बोलक्या संस्कारांचा फार मोठा वाटा होता. तो आईचा शब्द कधीच परता सारत नसे. लहान भावंडांपैकी चुकून एखाद्यानं तशी आगळ केलीच तर दादा त्याच्या पाठीवर सपकन ठेवून देत असे. भावंडंही तो प्रसाद काहीच उलटं न बोलता मुकाट सोसत. अशा वेळी मार खाल्लेल्या व भिंतीलगत एकट्याच मुसमुसत बसलेल्या भावंडांची काही वेळानंतर गोविंदाच कुरवाळून, थोपटून समजूत काढत असे.

◆

आजऱ्याचे संतश्रेष्ठ
पूज्य श्री. लक्ष्मणबुवा मोरजकर

कुठल्याही गावाला थोर ऐतिहासिक परंपरा लाभणं किंवा भागवत धर्माची संतश्रेष्ठांनी मळविलेली पायवाट लाभणं हे परमभाग्याचंच होय. माझं जन्मगाव आजरा. ते कोल्हापूर जिल्ह्यातील एक तालुक्याचं ठिकाण आहे. आज तिथं महाविद्यालय, प्रशाळा व बँका नांदताहेत. आजऱ्यापासून उत्तरेकडे दीड कि. मी.वर 'रामतीर्थ' हे आवाहक ठिकाण आहे. पश्चिमेकडे जवळच आजचं प्रसिद्ध पर्यटनस्थळ 'आंबोली' हे आहे. आंबोलीचा नयनरम्य घाट ओलांडला की सावंतवाडी शहर लागतं. आंबोली घाटाजवळच आजरा असल्यामुळं हे 'घाटोळं' गावही तसंच नयनहर आहे. येथील अठरापगड लोक साधे-सुधे, भावभोळे आहेत.

आजरा आज कोल्हापूर जिल्ह्यातील एक तालुका असला तरी स्वातंत्र्यापूर्वी तो बेळगाव जिल्ह्यातील हुक्केरी प्रांतातील एक महाल होता. तसाच हा गाव कोल्हापूर संस्थानात नव्हता. होता तो जहागीर इचलकरंजीत. इचलकरंजीकर जहागिरदार श्रीमंत बाबासाहेब घोरपडे हे हाडाचे शिक्षणप्रेमी व संगीतलोभी म्हणून विख्यात पावले होते. आडनाव घोरपडे असलं तरी बाबासाहेब जन्मानं ब्राह्मण होते. त्यांचे मूळ कुलपुरुष जोशी आडनावाचे होते. शिवरायांचे व शंभुराजांचे गाजलेले कापशी-

मादयाळचे पराक्रमी सरसेनापती संताजीराव घोरपडे यांचे श्री. जोशी हे पुरोहित होते. शिक्षणाच्या आघाडीवर आजरा कोल्हापूर जिल्ह्यात आपला म्हणून जो एक विशेष ठसा उमटवून आहे, त्यांचं बरंचसं श्रेय बाबासाहेब घोरपडे यांना आहे.

उभा महाराष्ट्र भारतभर विक्रमाची आणि वैराग्याची भूमी म्हणून ओळखला जातो. माझ्या आजरा गावाचं हे परमभाग्य आहे की त्याला शिक्षणाच्या आघाडीवर जसा श्रीमंत बाबासाहेबांसारखा वाटाड्या मिळाला, तसाच ज्या भागवत धर्माची पताका महाराष्ट्रात गेली ७०० वर्षे ज्ञानोबा माऊलींपासून अखंड व अक्षुण्ण फडफडते आहे तसा वसा सांगणारा एक थोर संतपुरुष या आजऱ्याच्या भूमीत नांदला व समाधिस्त झाला आहे.

ज्याच्या नावानं श्री क्षेत्र पंढरपूरच्या भूमीत आषाढी एकादशीच्या निमित्तानं जे भजनी फड उभे राहतात, त्यातील पहिल्या फडाचा मानकरी हा एक आजरेकर आहे. पंढरपूरला प्रथम क्रमांकानं जो 'मोरजकरबुवांचा फड' म्हणतात तो याच आजरेकर संताच्या नावाचा फड होय.

या थोर संतश्रेष्ठ पुरुषाचं नाव पूज्य श्री. लक्ष्मणबुवा मोरजकर असं आहे. ते मूळचे गोव्यातील मोरजे या गावचे. मोरज्याचे म्हणून त्यांचं आडनाव मोरजेकर आहे. आजऱ्याभोवतीच्या चौऱ्याऐंशी खेड्यांतील रहिवाशांनी उच्चाराच्या सोईनं या 'मोरजेकर' बुवांचा 'मोरजकर' बुवा केला.

हे मोरजेकर बुवा गोव्याहून आजऱ्यात कसे आले, त्यांची पार्श्वभूमी काय याचा संदर्भ सापडत नाही. त्यांच्या वडिलांचं नाव उपलब्ध नाही. आज संदर्भ सापडतो तो फक्त त्यांच्या आजऱ्यातील समाधीच्या तिथीचा व त्याच्यानंतर आलेल्या वारसांचा.

आजही आजऱ्यातील हिरण्यकेशी नदीच्या काठी घाटालगत या सत्पुरुषाचं समाधिस्थल उपलब्ध आहे. त्यावर तिथी आहे- भाद्रपद वद्य द्वितीया शके १७७३ अशी. इंग्रजी तारखेनुसार ही तारीख येते १२ सप्टेंबर १८५१. पिढ्यान्‌पिढ्या असं सांगण्यात आलं आहे की ते समाधीसमयी ७२/७३ वर्षांचे होते. त्यानुसार जर समाधीसमयी त्यांचं वय ७२ असेल तर शक येतो १७०१ आणि जर ७३ वर्षांचे असेल

तर शके १७००. सन येतात क्रमशः १७७८ व १७७९.

इंग्रजी वर्षानुसार सन १७७८ ते १८५१ हा ७३ वर्षांचा कालखंड म्हणजे महाराष्ट्रातील उत्तर पेशवाईचा कालखंड आहे. या काळात पुण्याला सवाई माधवरावांपासून दुसऱ्या बाजीरावांपर्यंत पेशव्यांची कारकिर्द होती. १८५७ च्या स्वातंत्र्ययुद्धात गाजलेले नानासाहेब पेशवे लक्ष्मणबुवांच्या समाधीकाळच्या दशकातील होते.

ज्या काळात आजऱ्याच्या पांढरीत पू. लक्ष्मणबुवा वावरले तो काळ नीट डोळ्यांपुढे यावा यासाठी हे विवरण केलं आहे. त्यावेळचं आजरा गाव खूप म्हणजे खूपच लहान होतं. ते पूर्वी आदिलशाहीत असल्यामुळं सामानगड, नेसरी, आजरा, चंदगड या भागाचा सुभेदार जिथं उतरत होता तो भाग म्हणजे नबाबपूर— तेच आजचं नबापूर. आजही बुवांच्या समाधीजवळच हे नबापूर आहे. आजऱ्याची कचेरी, नबापूर, रवळनाथ मंदिर, चाफेगल्ली हेच मूळचं आजरा गाव. फडके मावशीच्या हॉटेलासमोरच्या मोकळ्या जागेत नबाबाचे हत्ती बांधण्याच्या दगडात चुनकळीनं बसवलेल्या लोखंडी वळ्या मी पाहिल्याचं आठवतं. आज आजरा महाविद्यालय आहे, त्या परिसराला धरून पूर्वी एक खंदकही फिरला होता.

ज्यावेळी पू. लक्ष्मणबुवा आजऱ्यात आले, त्यावेळचं हे उत्तर पेशवाईतील अटकर आजरा गाव घनदाट वनराईनं वेढलेलं होतं. उत्तरेला हिरण्यकेशी आणि दक्षिणेला चित्रा अशा दोन नद्यांचा वेढा या गावठाणाला आजही पडलेला आहे. घाटमाथ्यावर असल्यामुळं पू. लक्ष्मणबुवांच्या काळात आजऱ्यातील पावसाचं प्रमाण चेरापुंजीसारखं २५० ते ३०० इंच असलं पाहिजे. मी बालपणी आजऱ्याच्या पावसाची २०० इंच नोंद झालेली ऐकली आहे. धो-धो कोसळणारा पाऊस हे आजऱ्याचं खासेपण. घाटमाथ्याच्या बेलाग धावणाऱ्या वाऱ्यावर आडव्या-तिडव्या सपकारा मारणाऱ्या पाऊसधारा हे येथील वैशिष्ट्य. पावसाळा ३-४ महिने रेंगाळणारा. हिवाळा घनदाट वनराईमुळं दाट धुकं गावावर पांघरूण म्हणून सकाळच्या ९ वाजेपर्यंत पांघरणारा.

पू. लक्ष्मणबुवा त्यांच्या कळत्या वयात आजऱ्यात आले असे धरले तरी तो काळ १९ व्या शतकाच्या प्रारंभीचा येतो. त्यांच्या उपलब्ध झालेल्या चरित्रात त्यांनी माऊलीच्या ज्ञानेश्वरीवर व तुकाराम महाराजांच्या अभंगगाथेवर त्यांचं म्हणून काही भाष्य करून ठेवलेलं आहे. ते एक तर

आजऱ्याचे संतश्रेष्ठ पूज्य श्री. लक्ष्मणबुवा मोरजकर । २१

मोडीत किंवा जुन्या प्राकृतमिश्रित मराठीत असण्याची शक्यता आहे. या पोथ्या तांबड्या बासनात बांधून त्यांच्या आजच्या शिवाजीनगर येथील पूर्वाभिमुख घराच्या देव्हाऱ्यात आजही ठेवलेल्या आहेत. त्या त्यांच्या काळापासून आजतागायत कोणीही उघडून बघितलेल्या नाहीत. आजऱ्याचे सरपंच व काही हरिभक्तपरायण वारकरी यांच्या साक्षीनं बुवांचे सध्याचे वारस श्री. सुभाष मोरजकर यांनी आता हा बंदिस्त ज्ञानखजिना सर्वांसाठी अवश्य खुला करावयास हवा. निःसंशय त्यामुळं मराठीच्या संतवाङ्मयात मोलाची भर पडणार आहे. ज्या पू. लक्ष्मणबुवा मोरजकरांच्या नावे प्रत्यक्ष पंढरीत मानाचा पहिला भजनी फड उभा राहतो, त्यांचं लिखाण स्वातंत्र्यानंतर ५४ वर्षांनंतरही समाजापासून दूर कुलूपबंद राहणं योग्य वाटत नाही. समितीच्या अध्यक्षांनी व सदस्यांनी ही कृती सर्वप्रथम करावी. वृत्तपत्रांत त्याचं सविस्तर वृत्त प्रकाशित करावं. समाधिस्थ पू. लक्ष्मणबुवा मोरजकर म्हणजे कोण, कुठले हा महाराष्ट्रातील समस्त वारकऱ्यांसमोर जो प्रश्न आहे तो मार्गी लागेल.

५/९/१९६३ साली नार्वेकर बंधूंनी प्रकाशित केलेल्या हस्त-पुस्तिकेसारख्या छोट्या व त्रोटक चरित्रावरून या थोर संतपुरुषाच्या कार्याचं नीट आकलन सामान्यांना होत नाही. त्यांनी काय लिहिलं आहे ते समजलं, म्हणजे ते कसे होते हे किमान चौकस जाणत्यांच्या तरी ध्यानी येईल. या छोटेखानी पुस्तिकेत दिल्याप्रमाणे लक्ष्मणबुवा विवाहित होते. त्यांना एक मुलगीही होती पण ती लहानपणीच वारली असा संदर्भ मिळतो. त्यांच्या पत्नी कुठल्या गावच्या? त्यांचे आई-वडील, उभयतांचा विवाह केव्हाचा इ. संदर्भ सापडत नाहीत. पू. बुवांनी विठोबा बिल्ले हा शिष्य दत्तक घेतला. या विठोबा बुवांचा काळ किती तेही समजत नाही. त्यांच्या पत्नीचं नाव व इतर तपशीलही उपलब्ध नाहीत. या विठोबाबुवा बिल्लेंचा मुलगा पुंडलिक रीतसर वारस झाला. या पुंडलिकबुवा मोरजकरांना चार मुले झाली पण तीही जगली नाहीत. म्हणून त्यांनी पत्नी साजूबाई हिच्या सल्ल्यानुसार महाजन घराण्यातील नारायण या मुलास दत्तक घेतलं. हा पू. लक्ष्मणबुवा मोरजकर यांच्या परंपरेतील दुसरा दत्तक वारस ठरला. बुवांच्या नावावर अनेक लौकिक चमत्कार या पुस्तिकेत दिले आहेत. मीही ते अनेक आजरेकरांच्या तोंडून ऐकलेले आहेत. तसे ते महाराष्ट्रातील भागवतपंथीय भक्तिधारेच्या जवळजवळ

सर्वच संतचरित्रांत सापडतात. तो विषय स्वतंत्र लेखाचा विषय आहे.

प्रत्यक्ष पू. लक्ष्मणबुवांनी केलेल्या दत्तक विधानाप्रमाणे मोरजकरांचे बिल्ले व महाजन हे दोन वारस झाले. नारायणबुवा यांचे पुत्र वासुदेवबुवा मोरजकर यांना मी समक्ष बघितलं आहे. पू. लक्ष्मणबुवा मोरजकर यांना आजरा, चंदगड, गडहिंग्लज परिसरातील नेसरीकर शिंदे सरकार, हरळीकर आणि खळोजीराव देसाई सुळेकर यांनी बुवांच्या समाधीनंतर आजऱ्यात संपन्न होणाऱ्या सप्ताहाच्या खर्चासाठी काही जमिनी जोडून दिल्या. त्यातील काही बुवांच्या हयातीतच उत्पन्न देत होत्या.

बुवांनी ७२-७३ या वर्षी आजऱ्यात समाधी घेतली. ते आजच्या समाधीलगतच्या नबापुरातच एका छोट्या पर्णकुटीत राहत असत. ही पर्णकुटी त्यावेळी नबापुरात होती. बुवांच्या चरित्रात बेडकीहाळ गावाजवळ आषाढात नित्यनेमाची पंढरपुरची वारी चुकवू नये म्हणून आडवी आलेली महापुरातील कृष्णा नदी बैठकीसारखी घोंगडी अंथरून तिच्यावरून पार केल्याचा संदर्भ मिळतो. बुवा ४० ते ५० वर्षं नित्यनेमानं आजरा ते पंढरपूर आषाढी-कार्तिकी अशा दोन्ही वाऱ्या करत. त्यांच्या आशीर्वादाचा दृष्टान्त लाभलेले नेसरीकर शिंदे, सुळेकर, खळोजीराव देसाई आणि हरळीकर देसाई यांचे संदर्भ मिळतात. आज आजऱ्यात नित्यनेमाने सुरू असलेला सप्ताह बुवांनी सुरू केला की त्यांच्या स्मरणार्थ सुरू झाला कळत नाही. आजऱ्याच्या हिरण्यकेशी नदीवर १८८८ साली इंग्रजांनी पूल बांधला. त्याचं नाव इतरत्र पुलांचं होतं तसंच 'व्हिक्टोरिया' पूल असं आहे. त्या व्हिक्टोरिया पुलाच्या उद्‌घाटनासाठी नेसरीहून आलेल्या श्रीमंत विठ्ठलराव शिंदे नेसरीकर यांनी एक खंडी भात येईल अशी जमीन बुवांच्या सप्ताहाच्या खर्चासाठी जोडून दिली. त्यापूर्वीच आजऱ्यातील दप्तरदार यांच्या घरावर दरोडा पडला असताना प्रत्यक्ष लक्ष्मणबुवांनी आपल्या पूजेच्या भांड्यातील तीर्थ देऊन आशीर्वादात्मक सांगितलं की, 'काळजी करू नकोस, तुझा गेलेला माल परत मिळेल.' त्याप्रमाणे दरोडेखोर मडिलग्याच्या रानात चोरीच्या मालाची वाटणी करत असताना पोलिसांनी त्यांना रंगेहाथ पकडलं. गेलेला माल दप्तरदारांना परत मिळाला. दुसऱ्याच दिवशी अप्पाराव दप्तरदार बुवांच्या भेटीस नबापुरात आले. त्यांनी आजऱ्यात विठ्ठल मंदिर उभारण्याचा संकल्प सोडला. त्याप्रमाणे त्याकाळच्या बाहेरच्या वाड्यात म्हणजे आजच्या शिवाजीनगरात

घुमटीच्या आकाराचं एक विठ्ठलमंदिर उभं राहिलं. तेच आजचं शिवाजीनगरातील नव्या रूपातील विठ्ठल मंदिर होय. या मंदिरासमोरच पू. लक्ष्मणबुवांनी आपलं छोटेखानी कौलारू घरही बांधलं. या घरातच त्यांनी आपला देह ठेवला. हेच घर पुढे तिसऱ्या पिढीचे बुवा नारायणबुवा मोरजकर उर्फ महाजन यांनी मोठ्या स्वरूपात बांधून घेतलं. बुवांनी लिहिलेल्या पोथ्या आज याच नव्या घरात देव्हाऱ्यात बंदिस्त बासनात आहेत.

भाद्रपद वद्य द्वितीया शके १७७३ दि. १२ सप्टेंबर १८५१ रोजी आजरेकर पू. लक्ष्मणबुवा मोरजकर यांनी मु. आजरे येथे देह ठेवला. आपलं जीवितकार्य पूर्ण केलं. बुवांच्या जाण्यानंतर त्यांच्या कार्याची महत्ता आजऱ्याभोवतीच्या चौऱ्याऐंशी खेड्यांतील आबालवृद्धांना कळून आली. तशीच ती शेजारच्या गडहिंग्लज, नेसरी, गारगोटी, निपाणी या भागांतील लोकांनाही जाणवली. आजऱ्यातील सप्ताह त्यांच्यानंतर चढत्या भाजणीने उत्साहात साजरा होऊ लागला.

आजऱ्यातील पू. बुवासाहेब यांच्या विठ्ठल मंदिराशी निगडित असे गुरुद्वादशी, माघ वद्य दशमी, तुकाराम महाराजांची बीज, श्री एकनाथ षष्ठी, कार्तिक महिन्यात काकडआरती, दीपावली, गणेशचतुर्थी, नवरात्र व श्रीअनंत चतुर्दशी असे उत्सव नेमाने साजरे होतात. बुवांच्या नंतर भाद्रपद वद्य द्वितीयेला त्यांची पुण्यतिथी आजतागायत अखंड साजरी होत आली आहे. ही तिथी श्रावण-भाद्रपद महिन्यात गणेश पूजनाच्या आसपास येते.

आजऱ्यातील पू. लक्ष्मणबुवा मोरजकर यांच्या विठ्ठल मंदिरातील साजरा होणारा सप्ताह हा माझ्या जीवनातील बालपणाला सुघड आकार देणारा एक अविस्मरणीय संस्कार आहे. या सप्ताहात विठ्ठल मंदिरात ऐकलेली वेगवेगळ्या भक्तांची रसाळ भजने आजही माझ्या स्मरणात आहेत. या भक्तमंडळींत सुंदर पेटीवादक अण्णा देसाई, सुरेल आवाजात एकतानतेनं एकनाथांच्या गवळणी आळविणारा गणपत गवळी, घामाघूम होत दिंडीच्या दिवशी अखंड मृदंग घुमविणारे काळोबा पत्की व बाबुराव कुंभार, खादीचा कोट व गांधी टोपी घालून डोळे मिटत टाळांचा लय पकडणारे दप्तरदार, 'या रे या रे लहान थोर' हा अभंग म्हणताना देहभान विसरून नाचणारे माझे चुलते माधवराव उर्फ तात्याजी सावंत,

करपे गुरुजी, कृष्णा पाडगावकर, कोंडकर, क्रमित, जमलेल्या भक्तांना सराईतपणे बुक्क्याचा टिळा लावत जाणारे घोगऱ्या आवाजाचे, टपोऱ्या नरडीच्या घाटीचे वासुदेव मोरजकर, चन्नाप्पा-पांडबा-उत्तम हे बिल्ले बंधू, पेरणोलीचे विठ्ठलभक्त पाटील असे कितीतरी आजरेकर आज हा लेख लिहितानाही माझ्या डोळ्यांसमोर टक्क उभे आहेत.

आजऱ्यातील लक्ष्मणबुवा मोरजकर यांच्या विठ्ठल मंदिरातील सप्ताहातील शेवटचा जागराचा दिवस हा माझ्यासाठी एक अविस्मरणीय ठेवा आहे. श्रावण, भाद्रपदाच्या या महिन्यात आजऱ्यात पावसाची रिपरिप चालू असे. विठ्ठल मंदिरात टाळ-मृदुंगाचा गजर झडत राही. या जागरासाठी सुंदर लयीत शास्त्रोक्त संगीताचे जाणकार असलेले निपाणीचे काकडे, राधानगरी, भुदरगड भागातील हरिभाऊ परीट असे पट्टीचे भजनी गायक आजऱ्यात आवर्जून येत. यात निपाणीजवळच्या खडकलाट येथील सय्यद नावाचे मुस्लीम विठ्ठलभक्तही न चुकता येत. डोक्यावरची काळी टोपी मांडीवरच्या शुभ्र धोतरावर ठेवून कानाला हात लावून प्रथम काकडे आळवायच्या अभंगाची सुरावट साथीदारांना अण्णा देसाईंच्या पेटीच्या तालावर सुचवून देत. मग काही क्षण नि:शब्द अधांतरीच जात आणि काकडे आपल्या लयदार आवाजात तुकोबांच्या अभंगाला तोंड फोडत. अभंगाच्या पहिल्या दोन ओळी आळवून घोळवून म्हणत. एखाद्या गरत्या सुवासिनीनं डुईवरचा पदर सावरत अंगणातील तुळशी वृंदावनासमोर तेवतं निरांजन तसल्याच दुसऱ्या शेजारणीकडं द्यावं, तसा गायलेल्या अभंगाचा तुकडा सोबती हरिभाऊ परिटांकडे देत. सावळ्या रंगाचे, भरगच्च शरीरयष्टीचे हरिभाऊ परीट गमते होते, खेळकर होते. ते सतत पान खात असल्यामुळं त्यांच्या पांढऱ्याशुभ्र दातांच्या फटीत तांबसर रेघा दिसत. त्यांच्या शुभ्र दंताळीत बसविलेला एकच सोन्याचा दात मंदिराच्या छताला टांगलेल्या गॅसबत्तीच्या उजेडात स्पष्ट चमकत राही. फिक्कट भगवा घेरदार फेटा कोल्हापुरी ढंगात मस्त बांधलेले हरिभाऊ परीट हा-हा म्हणता सगळ्या भजनाचा ताबा घेत. अभंगाचा तोच तुकडा बास्केटबॉलच्या खेळाडूनं संघातील बचावाच्या खेळाडूच्या हाती नेमका द्यावा तसा मुखातला तुकोबांचा अभंग सय्यदांकडं सोपवत. वेलवेटची गोल, काळी टोपी घातलेले सय्यद स्वीकारलेला अभंग शुद्ध व स्वच्छ उच्चारात कर्नाटकी शास्त्रीय संगीताच्या ढंगात

आळवू लागत. काकडे-परीट-सय्यद या त्रिमूर्ती अण्णा देसाई यांची पेटी व काळू पत्की यांचा मृदंग यांच्या ठेक्यावर अवघं विठ्ठल मंदिर हा-हा म्हणता भावभारित करून टाकत. ऐकलेल्या तुकोबांच्या अभंगाची धुंदी उतरूच नये असं जमलेल्या स्त्री-पुरुषांना वाटे. या तिघांचे अभंग ऐकून-ऐकून आजऱ्यातच एक भजनी मंडळ तयार झालं. त्याचं म्होरकेपण होतं, शिवजयंतीच्या नाटकात शिवाजीची फाकडी भूमिका करणाऱ्या सावळ्या, नाकेल्या गणपत गवळी या नटवर्याकडं. गणपत गवळी कानावर हात ठेवून 'देखो रे यारो' हा कबीराचा दोहा असा काही डोळे मिटून स्वत:ला विसरून आळवायचा की यँव रे यँव. माझ्या किशोरवयातील चिमुकल्या डोळ्यांसमोर दूर उत्तरेच्या गंगेकाठचा संत कबीरच उभा ठाकायचा.

जागराचा दुसरा दिवस दिंडीचा! पू. लक्ष्मणबुवा मोरजकर यांचे ग्रंथ पालखीत घालून दिंडीला त्यांच्या घरापासून प्रारंभ होई. तो पूर्ण दिवस व आजरा गाव पंचक्रोशीतून जमलेले विठ्ठलभक्त टाळ-मृदुंगाच्या अखंड निनादानं दुमदुमून टाकत. या दिंडीत गळ्यात टाळांच्या दोऱ्या अडकवून एका लयीत पाय पुढं मागं टाकत मी, सध्याचे पत्रकार मित्र जयराम देसाई व वर्गमित्र मुरलीधर कोंडकर सहभागी झाल्याचं स्पष्ट आठवतं. वासुदेवबुवा मोरजकरांनी हाती ठेवलेल्या खोबऱ्याच्या तुकड्याबरोबरच्या पेढ्याची चव आजही तोंडात रेंगाळते आहे.

माझी पहिलीच कादंबरी 'मृत्युंजय' लिहिताना मी कोल्हापूरच्या मेन राजाराम हायस्कूलमध्ये अध्यापक होतो. त्या काळात दरवर्षी दिवाळीत व उन्हाळ्याच्या सुट्टीत आजऱ्याला येत असे. मनात घोळणाऱ्या कथानकातील एखादा अवघड भावप्रसंग उलगडेनासा झाला की उन्हाळ्यात मी बुवासाहेबांच्या समाधीसमोर येत असे. श्रीकृष्ण-कर्ण या भेटीचा प्रसंग असाच होता. त्यावेळी मी पू. बुवासाहेबांच्या समाधीसमोर रात्री १२ च्या सुमारास डोळे मिटून स्वस्थ बसलो होतो. जवळून हिरण्यकेशी जाते. तिच्यात उन्हाळ्यामुळं थोडकंच पाणी होतं. पलीकडंच आजऱ्याची स्मशानभूमी आहे. रातकिड्यांची कर्रर एकतारी ऐकत मी तिथं एकटाच कितीतरी वेळ बसलो. किती अब्द-अब्द विचार मनात या काळात डोकावून गेले सांगवत नाही. जाणत्यांनी 'मृत्युंजय' मधील या भेटीचा प्रसंग आजही बारकाव्यानं वाचावा.

हा माझा पूर्णत: व्यक्तिगत अनुभव आहे. यासाठी आजरा या माझ्या जन्मगावी जेव्हा-जेव्हा मी जातो, तेव्हा एकदा तरी पू. लक्ष्मणबुवा मोरजकरांच्या समाधीचं दर्शन घेतल्याशिवाय राहत नाही. यासाठीच आजऱ्याचे माजी सरपंच व तरुण कार्यकर्ते श्री. अरुण नारायणराव देसाई यांना समाधीसमोर किमान एक उंचशील मंडप बांधून घ्या असे बोललो. त्यांनी ते मनावर घेतलेलं आहे. त्यांना तरुण पत्रकार मित्र श्री. समीर सुधाकर देशपांडे व आजऱ्यातील सत्कार्य करण्यासाठी धडपडणारे अनेक मित्र यांचं उत्स्फूर्त सहकार्य लाभलं आहे. मला शक्य ते मी केलं आहे. जाणत्यांना माझं आवाहन आहे की त्यांनी शक्य होईल त्या मदतीचा हात या शिवकर कार्यसाठी पुढं करावा. पू. लक्ष्मणबुवाच त्यांना तशी बुद्धी देवोत.

॥ इति शुभं भवतु ॥

◆

भाऊ – शब्दसृष्टीतील अमृतवेल

माझ्या बालपणातील एक काळ असा होता की मराठी साहित्याबद्दल कशी कुणाला ठाऊक, पण एक विचित्र कल्पना माझ्या मनात घर करून बसली होती; ती ही की मराठी साहित्य हे एक 'सर्कस' प्रकरण असावं! या सर्कशीच्या भव्य तंबूला असलेल्या अनेक दारांवर प्रा. ना. सी. फडके, माडखोलकर, कवी यशवंत, माधव ज्युलियन व भाऊसाहेब खांडेकर आदि मंडळी उभी असून, आचार्य अत्रे भला मोठ्ठा कोट घालून मॅनेजरच्च्या तोऱ्यात या भव्य तंबूभोवती एक लठ्ठ पाईप तोंडात ठेवून एकसारखे देखरेखीच्या फेऱ्या घालीत आहेत! या भव्य तंबूच्या आत किती किती गमतीजमती असतील! असा विचार मनात डोकावून जायचा. त्या वयात मला त्या तंबूबद्दल असलेलं कुतूहल तसंच राहून गेलं होतं. हातात नाथमाधवांच्या त्या वयाला भुलवत नेणाऱ्या 'वीरधवल', 'देशमुखवाडी'सारख्या कथा व स्वराज्यावरील कादंबरीची माला पडल्याने आपला उभा महाराष्ट्र एखाद्या ऐतिहासिक भुयारासारखा असला पाहिजे असा समज होऊन गेला होता. नाही म्हणायला अत्र्यांचं 'मी कसा झालो' हे आत्मकथन मला वाचायला मिळालं होतं. त्या रसरशीत आत्मप्रकटनाने माझ्या बालमनावर विलक्षण प्रभाव पडला होता. त्यानंतर कधीतरी भाऊंचा 'पांढरे ढग' हा लघुनिबंध वाचायला मिळाला होता. त्याने मराठी साहित्य हा 'सर्कशीचा तंबू' नसून तो रसरसत्या, फेसाळत्या शब्द लाटांचा एक यथेच्छ डुंबावा असा सागर आहे ही जाणीव

विस्तारली. भाऊंच्या 'क्रौंचवध', 'हिरवा चाफा', 'उल्का' या कादंबऱ्या हाताशी आल्या आणि माझी साहित्याच्या आस्वादाची अभिरुची बदलली.

आज त्या उनाड आणि अवखळ बालवयाकडे वळून बघताना कधी कधी मला माझ्या कौलारू घरावरून सतत स्वर कोसळणाऱ्या पागोळ्यांचा आवाज ऐकू येतो. त्या पागोळ्यांच्या आवाजाशी भाऊंचा निकट संबंध असावा. कारण त्यांच्या बऱ्याच कथावस्तू मी धुवांधार पावसाच्या हंगामात सतत बैठक ठोकून वाचल्या आहेत.

मराठी मनावरचे मोठे ऋण

त्या वेळचा राजकीय महाराष्ट्र लो. टिळक, आगरकर, सावरकर आदि विचारवंतांच्या घणाघातांनी घडवला होता आणि सामाजिक महाराष्ट्र अत्रे, खांडेकर, फडके यांच्या लेखणींनी सुघट बनविला होता. आज मराठी साहित्याचं स्वरूप आमूलाग्र पालटत आहे. या बदलाच्या वेळी निर्माण होणाऱ्या खळबळीचा फायदा उठवून असंख्य भलेबुरे विचार घुसताहेत. काळाला मान्य व आवश्यक असले तर ते जरूर घुसावेत, पण कोणत्याही नवागताला, गेल्या पिढीतील या विचारवंतांना ते केवळ गेल्या पिढीतील म्हणून नजरेआड करता येणार नाही. मराठी साहित्याचा महान सेतू या विचारवंतांनी एक एक अवघड रामपाषाण खांद्यावरून वाहून घडवला आहे. येणाऱ्या पिढीला मराठीच्या सुवर्णनगरीचा मार्ग सुखकर करून दिला आहे. नारायणराव गंधर्वांच्या संदर्भात कुणीतरी एकदा म्हटलं होतं की, 'बालगंधर्वांनी मराठी स्त्रीला नेसू कसा नेसावा हे शिकविलं.' अगदी तसंच खांडेकर, फडके आदिंनी 'मराठी वाचावी कशी' हे महाराष्ट्राला शिकविलं आहे. त्यांनी निर्माण केलेली रसिकताच आज मराठीचा मळा अष्टांगी फुलवून राहिली आहे. त्या दृष्टीनं भाऊंचे मराठी मनावरचे ऋण मोठे आहे.

भाऊंकडे पाहताना मला दोन गोष्टी प्रकर्षाने जाणवल्या आहेत. एक त्यांचं लिखाणातलं सातत्य व दुसरी म्हणजे त्यांची चिंतनशीलता. आपल्या प्रत्येक कादंबरीच्या विषयातून भाऊंनी महाराष्ट्रातील कोणत्या ना कोणत्या एका ज्वलंत समस्येला हात घातला आणि अत्यंत समर्थपणे त्या त्या विषयांवरचे सडेतोड विचार मांडले. एक काळ असा होता की, असंख्य मराठी उंबरठ्याआडच्या स्त्रियांच्या पाठीवरून भाऊंचा वडीलधारा,

ममतेचा साहित्यिक हात कोल्हापुरातील राजारामपुरीतूनच फिरला होता.

स्वातंत्र्यपूर्व भारत व स्वातंत्र्योत्तर भारत अशा दोन कालखंडांत भाऊंनी लिखाण केलं. समाजमनाची स्थित्यंतरे आपल्या सूक्ष्म नजरेने पारखून ती बोलकी केली. पेशाने व हाडाने शिक्षक असलेले भाऊ मराठी मनाला नेहमी शिकवीत राहिले आहेत. त्या शिकविण्यात अभिनिवेश नाही. आहे ती ऊरउसळती तळमळ. शब्दांचे फुलोरे फुलवून कथा-कादंबऱ्यांचे गजरे विकणाऱ्यांना या सात्त्विक व औषधी तुळशीपत्रांचं मोल कळणार नाही. कुठेतरी खपणाऱ्या व घाम गाळणाऱ्या शेतकऱ्याने पिकवलेल्या भाताच्या तांदळाची खीर जीभभर चाखणाऱ्याला त्या शेतकऱ्याचं स्मरण होत नसतं. तसंच आज या गेल्या पिढीतील विचारवंतांवर बोलताना सैल शब्दप्रयोग करणाऱ्यांना कळत नसतं की, आपल्याच घरातील आई, आत्या, काकी, मामी यांच्यापैकी कोणी ना कोणी या विचारवंतांचा सल्ला घेऊनच आपणाला वाढविलं आहे, संस्कारित केलं आहे. भाऊंसारखे कलावंत मात्र पाण्यात पडलेल्या विंचवाला वाचविणाऱ्या साधूच्या वृत्तीचे असतात. विंचू डंख मारायचं सोडत नसतो, साधू त्याला जीवदान द्यायचं सोडत नसतो. म्हणूनच वाढत्या भोगवादाचा आगडोंब चौखूर उधळलेला पाहून चिंतनशील आत्म्याने पोटतिडीकेने 'ययाति'सारख्या विषयाला हात घातला. या कथावस्तूच्या माध्यमातून येऊ घातलेला विक्राळ धोका भाऊ 'ययाति'च्या तोंडी बोलून गेले आहेत! भाऊंची ही कादंबरी हे मराठीतील एक अमृतलेणं आहे. स्वातंत्र्यप्राप्तीसाठी 'वंदे मातरम्' व 'इन्कलाब झिंदाबाद' अशा गगनच्छेदक आरोळ्या ठोकत शांत झालेल्या देशवीरांच्या कालात भाऊ वाढले. उतारवयात त्यांना पदोपदी दिसणारं भोवतीचं आत्मपतन प्रकर्षानं जाणवलं आणि 'ययाति'सारखी एक सकस व दीपस्तंभासारखी कलाकृती जन्माला आली. ज्या देशात श्रीकृष्ण जन्मावेत त्या देशात ठायी ठायी 'ययाति' दिसताहेत, हा 'ऊर्ध्वबाहू' आक्रोश करायलाही एक जातिवंत देशप्रेमी मन लागतं. भाऊंच्या जीवनचरित्राकडं पाहताना मला नेहमीच वाटतं की, तो साहित्यिक धन्य असतो की ज्याच्या शब्दांत नियती आपले संकल्पशब्द शोधीत असते. हे विषप्राशक शंकराचं भाग्य व सामर्थ्य फारच थोड्यांना लाभतं. भाऊंना ते लाभलं आहे.

'सुवर्णपर्णे' हवीत!

भाऊंची अलीकडेच प्रकाशरूप पावलेली कादंबरी 'अमृतवेल'! या कादंबरीतही त्यांच्या चिंतनशीलतेचा व तळमळीचा ठोसपणा आहे. कालानुक्रमे त्यांची ही अलीकडची कलाकृती, पण त्यांच्या साहित्याचा मागोवा घेताना मला मात्र जाणवलं ते हे की, त्यांची 'लेखणी' हीच एक 'अमृतवेल' आहे. अनेक वर्षं ती फुलते आहे. निरनिराळ्या रंगांची, आकारांची फुलं या वेलीवर फुलली. नेहमी ही वेल कल्पनासमृद्धतेने डवरलेली राहिली. या वेलीच्या मुळांशी खतपाणी पोचलं आहे ते राष्ट्रप्रेमाचं व दीनदलितांच्या अनुकंपेचं. समाज जगत असतो तो अशा वल्लरींनी शुद्ध व पावन केलेल्या हवेवरच. तोच 'प्राण'वायू असतो. भाऊंच्या रूपानं शब्दसृष्टीत उभी असलेली ही 'अमृतवेल' अशीच फोफावावी. आता ते ७२ व्या वर्षाचं भाग्य उजळणारं पाऊल टाकताहेत. छे! वृद्धपण अजून फारच दूर आहे. मी त्यांना आयुरारोग्य चिंतिताना त्यांनी हाती घेतलेलं सोनेरी पान पुरं करून या अमृतवेलीला 'सुवर्णपर्णे'ही कशी लटकतात हे रसिकांना दाखवावं अशी विनंती करतो!

◆

ना. वा.

साल असावं ६८-६९, त्यावेळी मी कोल्हापुरातील दै. सत्यवादी प्रेस जवळच्या लक्ष्मीपुरीतील पोलीस क्वार्टर्समध्ये राहत होतो. याच वर्षांच्या चिंतन-मनन, संदर्भशोधन, कोल्हापूर ते कुरुक्षेत्र असं दूरच्या पल्ल्याचं पर्यटन, अनेक जाणत्या दिग्गजांशी संभाषण अशी भरकस साहित्यसाधना करून 'मृत्युंजय' ही माझी पहिली कादंबरी सिद्ध केली होती. पुण्याच्या रसिकमान्य 'कॉन्टिनेन्टल प्रकाशन' या विख्यात प्रकाशन संस्थेच्या रत्नपारखी (स्व.) अनंतराव कुलकर्णी यांनी आपल्या 'शारदा प्रसाद' या निवासावर महाराष्ट्र-वाल्मीकी (स्व.) ग. दि. माडगूळकर यांच्या रामायणी हातांनी साधंच घरगुती पूजन करून ती प्रकाशित केली होती. माझ्या या पहिल्याच साहित्यकृतीला (स्व.) दीनानाथ दलाल यांच्यासारख्या कुंचलासम्राट चित्र महर्षींचं लाखात उठून दिसणारं अत्यंत बोलकं मुखपृष्ठ लाभलं होतं. आतील सजावटचित्रं त्यांचीच होती.

दै. केसरीमध्ये मृत्युंजयवर पहिलंच लक्षवेधी सौंदर्यग्राही समीक्षण आलं होतं ते डॉ. पु. ग. सहस्रबुद्धे या मूर्धन्य विचारवंताचं. त्याचं शीर्षकच होतं- 'महाभारताचं महातेज आत्मसात केलेली साहित्यकृती' असं. पाठोपाठ आ. अत्र्यांचा दै. मराठामधून 'मृत्युंजय' या शीर्षकाचा अग्रलेखही आला होता. एकूणात तो काळ 'मृत्युंजय'च्या वातावरणानं सर्वदूर भारलेला होता.

मी त्यावेळी कोल्हापुरातील मेन राजाराम हायस्कूलात अध्यापक होतो. तो ही कॉमर्स विषयाचा. सुट्टीच्या अशाच एका रविवारी आमच्या क्वार्टरमध्ये चटईवर लेटून वृत्तपत्रातील मृत्युंजयावरील परीक्षण वाचत होतो. (बहुधा शांताबाई शेळके किंवा प्रा. बर्वे यांचं ते असावं.) अशातच लोटलेल्या दरवाजावर टकटक झाली. मी दार उघडलं. समोर एक मध्यम वयस्क, तरतरीत नाकाचे, अगदीच अनोळखी गृहस्थ उभे होते. टाळूला केस कमी, डोळ्यांवर चश्मा, रंग सावळा (खास देशस्थी), पायजमा, बाह्या दुमडलेला साधाच पण पांढरा स्वच्छ अंगरखा. खरं तर कुठल्याही रेव्हेन्यू, कोर्ट, फॉरिस्ट अशा खात्यातील कसदार कारकुनाचाच दावा करणारी असामी समोर उभी होती. मी कपाळाला किंचित आठ्या घालूनच अस्पष्ट विचारलं, "हं, कोण?"

दाताखालची चघळती सुपारी जिभेनंच गालफडात सरकवून समोरचं ध्यान स्वत:शीच बोलल्यासारखं पुटपुटलं, "मी ना. वा... ना. वा. देशपांडे. शिवाजीराव सावंत आपणच काय?"

मी मान डोलावताच गृहस्थांनी देशस्थी पैस बाहेर काढला. "आम्ही आत येऊ का? नाही म्हणजे माझं तसं काही खास काम नाही. फक्त अभिनंदन करायचं आहे. तुमचा पत्ता केव्हापासूनचा शोधत होतो. शेवटी या विनायकराव लाडांनी तो दिला. हे विनायकराव म्हणजे अण्णांचे मित्र. बाजार भोगावला टीचर असतात ते. अण्णांचे मित्र-प्रतापगड सिनेमात शिवाजीचं काम केलेले." मागे एक वयस्क गृहस्थ उभेच होते.

"अण्णा कोण?" मी मुद्द्याकडं येत बावळटासारखं म्हणालो.

"अण्णा म्हणजे आमचे अण्णा हो- ग. दि. मा. तुमच्या 'मृत्युंजय'चं पुण्यात पूजन करणारे."

माझी ट्यूब पेटली. ग. दि. मां.चं नाव ऐकताच मी हसतच म्हणालो, "बरोब्बर अण्णा. या आत या. पण त्यांना अण्णा पुण्याकडं म्हणतात. इथं कोल्हापुरात 'गदिमा' आणि सिनेमातील काही खास तर अद्यापही 'औंधकर' म्हणतात." मी पुटपुटलो.

"चालायचंच" म्हणत ना. वा. आत आले. पाठोपाठ लाडही आले. चपला कोन्यांत उतरवून दोघेही चटईवर अलख-पलख घालून घरच्यासारखे बसले.

त्या दिवशी ना. वा. देशपांडे नावाचा नमुनेदार कोल्हापूरकर त्या क्वार्टरच्या लाकडी दारातून जो आत घुसलाय तो आजतागायत.

ना. वा. मूळचे संकेश्वरचे— (म्हणजे कर्नाटकातील) कोल्हापूर या खास मराठ्यांच्या जिंदादिल राजधानीत केव्हा आले माहीत नाही. मला आणि खुद्द ना. वां.नाही. मूळचे कर्नाटकातील असल्यामुळंच असेल, पु. लं.च्या 'व्यक्ती आणि वल्ली'मधील बेळगावकर 'रावसाहेब' आमच्यासमोर त्यांनी 'साडोकी' म्हणत अनेकदा (स्वत: ढिम्म एवढंसुद्धा न हसता) सादर केलाय. रावसाहेबांच्या ढंगात बालगंधर्वाचं वैभव उभं करताना ना. वा. जेव्हा 'हे शिंचं तबला वाजवतंय क्काय मांडी खाजवतंय.' हे वाक्य ज्या सहज कानडी लहेजात उच्चारतात तेव्हा माझ्यासमोर मी कधीही न पाहिलेले 'रावसाहेब' अगदी जित-नित उभे ठाकतात.

पहिल्याच भेटीत माझी आणि ना. वां.ची 'वेव्हलेंग्थ', अगदी ही अशी, कुंडलीच्या भाषेत सांगायचं म्हणजे छत्तीस पुऱ्या गुणांनी जाम जुळून गेली. सुमारे तासभर पहिल्याच भेटीत आम्ही मनसोक्त बोललो. विषय एकच नव्हता. मात्र पट्टीच्या गवय्यानं सहज व अचूक सम साधावी तसे ना. वा. नेमके 'अण्णा' या त्यांच्या व्यक्तिगत परम आराध्य दैवतावर येत होते. मला केव्हाच कळून चुकलं की समोरचं सावळं रूप हे ग. दि. माडगूळकर उर्फ महाराष्ट्र वाल्मीकी उर्फ अण्णा यांची खास आंतरवर्तुळातील एक असामी आहे.

आमचा 'दोस्ताना' कसलाही लेखी, तोंडी दावा न करता हा असा पहिल्या भेटीपासूनच सुरू झाला. अगदी दोघांनाही नकळत. याला रौप्यमहोत्सवी वर्षही कधी मागं पडली याचा पत्ता नाही, दोघांनाही.

६८-७४ असा चांगला अर्धा तप आमचा हा दोस्ताना कोल्हापूर मुक्कामी रंगला. याची मूळ नस होती निखळ साहित्यप्रेमी ही. दोघांचीही. ना. वा. पिंडानं, वृत्तीनं कवी. त्यांचं हस्ताक्षर मोत्यासारखं. अगदी साधं पोस्टकार्डही थेट छापील केल्यासारखंच हाती पडेल. माझी चि. कादंबिनी व अमिताभ ही दोन्ही मुलं तर त्यांच्या हस्ताक्षराच्या प्रथमदर्शनीच 'ओऽ क्यूट!' म्हणजे प्रेमातच पडलीत. कुणीही असं प्रेमात पडावं या तोडीचं ते आहेच. शे-शंभर पत्रांच्या ढिगाऱ्यातून ना. वां.चं पत्र मी तरी दुरूनच सहज शोधून काढीन. हस्ताक्षराच्या बळावरच माझ्या मुलाचे (त्यांनाही नकळतच) ते 'ना. वा. काका' झालेत.

जुन्या पिढीतील गदिमा, श्रीपाद आपटे, बाकीबाब, तांबे, आर्याकार मोरोपंत ही कविवर्य ना. वां.ची काव्यदैवतं. त्यात अण्णांना— गदिमांना त्यांच्या लेखी 'रामाचंच' अढळपद त्यांनी दिलेलं आहे. ना. वां.च्या कोल्हापूरच्या निवृत्ती चौकातील नवांगुळे वाड्यातील इवल्याशा, टुमदार दोन खणी घरात दोनच मराठी साहित्यकारांचे फोटो दिसतील. अण्णा— गदिमा व आ. अत्रे यांचे. आ. अत्र्यांबद्दल ना. वा. प्रसंगानुसार बोलतील, पण गदिमांचं नाव घेतल्याशिवाय, माझ्या भाषेत अण्णांची एक तरी 'रसबाळी' काव्यपंक्ती, सुपारी कातरता कातरता गुणगुणल्याशिवाय ना. वां.चा दिवस काही सार्थकी लागत नाही.

अण्णांनीही ना. वां.वर तसंच बंधुवत प्रेम केलं. कदाचित अंगुळभर जादाच. ना. वां.ना त्यांचे जवळजवळ सर्व आप्त 'बाबा' या टोपणनावानं संबोधतात. अण्णांच्या सूक्ष्मपारखी कविमनानं हा बारकावा कधीतरी अचूक उचलला. तेही त्यांना 'बाबा' म्हणूनच नकळत हाकारू लागले. ते म्हणू लागले म्हणून अण्णांची मुलं श्रीधर, आनंद, कुमार इतकंच काय सौ. विद्यावहिनी माडगूळकरही ना. वां.ना 'बाबाच' म्हणत, ते ना. वा. अण्णांना व त्यांना वयानं लहान असूनही. हे घडत होतं कुणालाही एवढंसुद्धा न खटकता हे विशेष. वास्तविक खुद्द ना. वां.नाच खटकायला हवं होतं. त्यांच्या हे आजतागायत ध्यानीही आलेलं नाही! अण्णा उर्फ ग. दि. माडगूळकर यांच्याकडून (वयानं लहान असूनही) चक्क 'बाबा' म्हणवून घेतलेले ना. वा. हे महाराष्ट्रात एकमेव महामानव आहेत!

ना. वा. परम दत्तभक्त. घरात नित्यपूजेत दत्ताची सुबक मुद्रा आहे. सकाळी सुस्नात होऊन पुष्पमंडित देवघरातील स्वच्छ वातावरणात, मंद उदबत्तीच्या दरवळात मनःपूर्वक गुरुचरित्राचं आत्मलीन होऊन पठण करणं हा या निस्सीम दत्तभक्ताचा नित्यनेम. तेव्हा ना. वा. कुणाचेच नसतात. असतात फक्त श्रीगुरुदेवदत्ताचे. त्यांच्या या निरपेक्ष साधनेमुळं ते बसतात तो बैठकीचा लाकडी पाट 'चार्ज' झालेला आहे. कधी सटीसामाशीला ना. वां.च्या घरी मुक्कामाला गेलो तर सकाळी उठून स्नान आवरून या बैठकी पाटावर बसून श्रीदत्ताला शुभ्र फुलांची ओंजळ वाहताना मी तो 'चार्ज' झालेला पाट मूकपणे अनुभवलाय!

सौ. पुष्पावहिनी हे या दत्तभक्ताच्या जीवन पोथीतील वेगळंच पर्व आहे. स्वतंत्रपणे निवांत लिहावं असं. ना. वां.च्या पूर्वी त्या उठून

घरातील या नित्यपूजेची सर्व तयारी करतात. मी त्यांना खास कोल्हापुरी गावरान लकबीत 'कुस्पाताई' म्हणण्याला नाराजीचं नाक त्यांनी कधीही मुरडलेलं नाही. त्यांच्या हाताला एक सुगरणीच्या सत्त्वशील चवीचा गंध आहे. नुसती आमटीही ओरपून खावी. साधीच भाजी-भाकरी-लोणच्याच्या अवीट चवपालटीबरोबर मिटक्या मारत खावी. आपणाला बोलण्यात गुंतवत आमच्या कुस्पाताईंनी ताटात दुसरी पोपडेवाली शुभ्र भाकरी केव्हा वाढलीय ते कळूनही येत नाही... अगत्य तर खास कोल्हापुरी ढंगाचं.

त्यांच्या या खास कोल्हापुरी गरत्या अस्तुरीच्या जीवलावणी स्वभावामुळं आम्ही 'जेव्हा केव्हा वर्ष-दोन वर्षांनी एकत्र भेटतो तेव्हा' एक आठवण हटकून उजळते. आम्ही म्हणजे मी, सौ., मुलं आणि ना. वा. व सौ. कुस्पाताई अशी सहा जणंच. असेलच बैठकीत कधी तर कोल्हापूरकर मित्र अशोक गगराणी, बाबा पाटील, गनी फरास, दिनकर पवार, अशोक भोईटे, एस. आर. पाटील यांपैकी कुणीतरी एखादं.

ही आठवण निगडित आहे ती ही अण्णांशी— गदिमांशी. त्या दिवशी आम्ही सारेच कुरुंदवाडच्या एका महाविद्यालयाच्या स्नेहसंमेलनाचा कार्यक्रम उरकून परतलो होतो. त्या सफरीत अण्णांचे खास वर्गमित्र व खास साहित्यिक निवडक जीवलग होते. त्यांत मी ज्यांच्यावर 'आर्के' नावाचं व्यक्तिचित्र लिहिलंय ते गदिमांचे वर्गमित्र व खास अरे-तुरेतले यार आर. के. कुलकर्णी होते, राजाराम महाविद्यालयाचे मराठीचे प्रमुख, मराठीचे सुवर्णपदक विजेते, ज्ञानेश्वरीचे साक्षेपी अभ्यासक प्रा. पां. ना. कुलकर्णी होते. कविवर्य सूर्यकांत खांडेकर, अध्यापक— नटवर्य विनायकराव लाड अशी सगळीच अकृत्रिम जिव्हाळ्याची मंडळी होती.

आमच्या कुस्पाताईंनी सर्वांना माहेरच्या म्हणजे कुरुंदवाडच्या कणीदार बासुंदीचं व कृष्णेकाठच्या भरल्या वांग्याचं सुग्रास जेवण आग्रह करकरून वाढलं होतं. नवांगुळे वाड्यातील ना. वां.च्या दोन खणी घरासमोरच्या स्वच्छ सारवलेल्या ओसरीवरच ही पंगत हास्य-विनोदात उठली. तिथं ओसरीवरच ना. वां.नी गाद्या, लोड हंतरून गुब्बार तक्के मांडून प्रशस्त देशस्थी बैठक मांडली. पानाची सर्व वस्तूंनी सज्ज तबकं मधोमध ठेवण्यात आली. अण्णा नकळतच बैठकीचे अनभिषिक्त अध्यक्ष झाले.

एका प्रशस्त तक्क्याला आपला विशाल देह रेलून देत सबागती म्हणाले, ''गड्या आर्क्या, हं जमव बगू माजं बी पान तुज्या हातानं. चुना जरा आवरून! त्वांड अक्षी पाकळल्यागत झालंय बग.'' अण्णांना सर्वांच्या नावाचे शॉर्ट फॉर्म्स, लाँग फॉर्म्स करायची एक खट्याळ खोड होती. मग आर. के.चं 'आर्के' व्हायचं, विनायकाचं 'विन्या', पी. एल. चं 'पिल्या' आणि माझं नाव सुटसुटीत 'शिवाजी' असतानाही ते हटकून म्हणायचे, ''क्काय शिवाजी महाराज.''

इथंच ध्यानी घेतलं पाहिजे की, ना. वां.च्या 'बाबा' या त्यांनी उच्चारलेल्या नावाचा कधीच 'बाब्या' असा शॉर्टफॉर्म केला नाही.

पान जमवत, एकमेकांच्या मनमुक्त टोप्या उडवत आमच्या गप्पा ऐन रंगात आल्या होत्या. अण्णांना कोणाचीही हुबेहूब नक्कल करायची एक दुर्मीळ कला बालपणापासूनच अवगत होती. किशोरवयात कोल्हापुरात त्यांनी कैक गणपतीमेळ्यांत अशा नकला पूर्वी केल्या होत्या. कवी सूर्यकांत खांडेकरांना स्वत:शीच 'हं-हं' अशी घुमण्याची एक खोड होती. अण्णांनी आपल्या या कोल्हापुरी कविमित्राची ही लकब केव्हाच हेरली होती. प्रत्यक्ष खांडेकरांनाही सुतराम कल्पना येणार नाही अशा ढंगात अण्णांनी त्यांची खुशाली विचारली, ''हं-हं— सूर्यकांत अंतरात चंद्रकांत पाझरे— क्काय म्हंतय तुमचं कोल्हापूर— म्हंजी शावम्हाराजांचं करवीर हो. ब्येस हाय न्हवं?''

सूर्यकांत खांडेकर पानाला चुना लावत उत्तरले, ''बरं हाय की. हं-हां तुमचं लोकमान्यांचं पुणं कसं हाय? हं-हं.'' तसं अण्णा खट्याळपणे म्हणाले, ''बरं हाय न्हवं- मग हाय! पुणं बी बरंच हाय.'' मी कुतूहलानं विचारलं, ''पैला हाय समजला- पर दुसरा हाय कसला म्हनावा?''

तसं अण्णा माझ्या पाठीवर एक जोरदार थाप मारत म्हणाले, ''भले रे शिवाजी महाराज. पैला हाय त्येंच्या खुशालीचा— दुसरा माज्या म्हंजी तुमीच खुशाल हाय याचा मला बी आनंद हाय असं.'' अण्णांची ती अजब 'हाय-हाय' ऐकून हास्याची कारंजी उधळली.

एव्हाना कुस्पाताई घासभर खाऊन ओसरी आणि घराच्या दाराआड उभ्याही राहिल्या होत्या. त्यांनी खास संग्रही असलेली गीतरामायणाची प्रत ना. वां.च्या हाती ठेवली. त्यांनी मलाही दबक्या आवाजात सांगितलं, ''अहो, सांगा अण्णांना तेवढं म्हणायला.''

ना. वां.नी गीतरामायणाची प्रत हलकेच अण्णांच्या समोर ठेवली. मी ती त्यांच्या हातात देऊन हळूच म्हटलं, "वहिनी म्हणतात, तेवढं 'वेलीवरची पाहुनी फुले' तुमच्या तोंडून ऐकायचंय." अण्णांनी "गीत रामायेण जनू" म्हणत आपलाच विख्यात खंडकाव्यसंच हातात घेतला. दोन-तीन वेळा तसाच उलटापालटा हाताळला. काही पानं चाळल्यासारखी केली. ना. वां.कडं बघत ते स्वत:शीच बोलल्यागत पुटपुटले, "आज न्हाई गड्या... मूड न्हाई लागत— पुन्यांदा कवा तरी."

बैठकीतले विनायकराव लाड म्हणाले, "अण्णांचा गप्पांचा मूड तसाच चालू देत." आर्केनी त्यांची री ओढली. "पुन्यांदा तर पुन्यांदा. तुमचं आपलं चालू द्यात अण्णा." अण्णांनी हातचं पुस्तक समोरच अलगद ठेवलं.

सर्वांच्या चौफेर गप्पा पुन्हा रंगल्या. अर्धा-पाऊण तास असे हास्याचे भुईनळे उडवत केव्हा उडाला कुणालाच कळलं नाही.

एकाएकी अण्णांनी आपल्या नेहरूशर्टच्या खिशातून चश्म्याची डबी बाहेर काढली. आपला नेहमीचा वाचनाचा जाड भिंगाचा डौलदार चश्मा आपल्या थोराड जबड्याच्या कानशिलावर चढवला. सभेचा अनभिषिक्त अध्यक्ष थोड्याशा करड्या, जरबेच्या सुरात म्हणाला, "शांतता... गीतरामायणकार त्यांची स्वत:ची रचना वाचताहेत—"

"उगा का काळीज माझे उले,
पाहुनी वेलीवरची फुले."

खिदळतं वातावरण क्षणात शांत झालं. अपत्यप्राप्ती नाही म्हणून महाराणी कौसल्या महाराज दशरथांना काव्यातून आपली मनोव्यथा सांगते आहे, असा हा महाकाव्य रामायणाचा हृदयस्पर्शी कथाभाग आहे.

एवढा वेळ आम्हा सर्वांच्या मेळाव्यात असलेले गदिमा आता त्यांच्या कलावंत आंतरनेत्राला कौसल्येचं दु:ख दिसताच फार बदलले. आमच्यात नसल्यासारखे झाले. पूर्ण तदाकार होऊन आपलंच काव्य महर्षी वाल्मीकीचं असल्यासारखं उच्चारांच्या आरोह अवरोहांची अचूक लय पकडून वाचू लागले—

“कधी नव्हे ते मळले अंतर
कधी न शिवला सवतीमत्सर
आज का लतिकावैभव सले?”

वेलीच्या फुलांच्या बहरासाठी आमच्या मराठीच्या या मूर्धन्य कवीनं योजलेला ‘लतिकावैभव’ हा चपखल शब्द ऐकताच मी व ना. वा. एकदमच प्रतिसादलो- “व्वा.” दोघंही एकमेकांकडे बघून मंद हसलो.

आता अण्णा पुणेकर राहिले नाहीत. मराठीचे प्रज्ञाश्रीमंत कवी राहिले नाहीत. वाल्मीकींशीही त्यांचं कसलं नातं उरलं नाही.

ते समरस झाले एकट्या कौसल्येच्या फक्त व्यथेशी. त्यांच्यातील कवी, अभिनेता, साहित्यिक मागं पडला. उरला, मातुश्रीनं संस्कारांच्या ओंजळी ओंजळींनी न्हाऊ घातलेला, बालपणापासून शब्दा-शब्दांचे मोतीचूर खिलावून दुलारलेला, आतबाहेर निखळ मानवतेचा टंच कंद ठासून भरलेला एक माणदेशी माणूस.

अण्णा कमालीचे गंभीर झाले होते. त्यांच्या तोंडून अर्थलाघव ल्यालेले शब्द स्रवत होते. सारेच एकतान होऊन फक्त ऐकत होतो—

“काय मना हे भलते धाडस?
तुला नावडे हरिणी-पाडस
पापणी वृथा भिजे का जले?
पाहुनी वेलीवरची फुले.”

आत दाराआड उभ्या असलेल्या पुष्पावहिनी आपसूकच आता खाली बसल्या. कान देऊन ओसरीवरचे अर्थचिंब व कविबोल एकमन होऊन ऐकू लागल्या.

अण्णा शब्दसरींतून दुसरं हुबेहूब क्षणचित्र उभं करताना म्हणत होते—

“गोवत्सांतील पाहून भावा
काय वाटतो तुजसी हेवा?
चिडे कां मौन तरी आंतले?... पाहुनी...”

अण्णांना खोकल्याची उबळ आली. भरली मूठ तोंडासमोर धरून ते थोडंसं खाकरले. पुन्हा कौसल्येची मातृत्वाच्या आसक्तीची भावपूर्ण वेदना शब्दावगुंठीत करीत म्हणाले—

“कुणी पक्षिणी पिलां भरविते
दृश्य का तुला ते व्याकुळ करिते?
काय हे विपरित रे जाहले... पाहुनी...”

अण्णा आता मान डोलवत स्वत: पूर्णत: कौसल्यारूप झाले होते. त्यांची गोल-गुब्बार, सावळी मुद्रा पुरती काळवंडून आली होती. डोळे डबडबून आले होते.

आधुनिक महाराष्ट्र-वाल्मीकीवाणी स्रवतच राहिली.

“स्वत:स्वताशी कशास चोरी?
वात्सल्याविण अपूर्ण नारी
कळाले सार्थ जन्मातले! पाहुनी...”

सर्व बैठक अण्णांच्या थरथरत्या भावबोलांनी आता पुरती-पुरती ‘कौसल्यामय’ केली होती. कुणीच काही बोलत नव्हते, माणदेशी बावन्नकशी मानवतावाणी अरोध पाझरत राहिली...

“मूर्त जन्मते पाषाणातून
कौसल्या का हीन शिळेहून?
विचारें मस्तक या व्यापिले... पाहुनी...”

गीतरामायणकारांची शेवटची कल्पना भरारी अर्थातच गगनभेदी होती.

“गगन आम्हांहुनि वृद्ध नाही का?
त्यात जन्मती किती तारका
अकारण जीवन हे वाटले.”

झरझर पाझरणारे आपले डोळे अंगीच्या नेहरूशर्टाच्याच हातोप्यानं चक्क सर्वांसमक्ष पुसत तो आधुनिक वाल्मीकी विसाव्यासाठी मागच्या तक्क्यालाच रेलला. ना. वां.सह सर्व बैठक कौसल्येच्या वेदनेनं चिडीचाप सद्‌गदित झाली होती. मी लगबगीनं समोरच्या तांब्यातील पाणी भरून फुलपात्र अण्णांच्या हाती दिलं. ना. वा. आणि मी एकमेकांकडं बघत असताना अचानकच पाणी पिऊन सरळ उठून वाड्याच्या मधल्या हमचौकाकडं थेट चालताना अण्णा तुटक म्हणाले, ''बाबा, चलतो रे- बायकोला सांग- भरली वांगी छान जमली होती.''

मी आणि ना. वा. खेचल्यासारखे त्यांना गाडीत बसवायला चाललो. अगदी मूक. आम्ही दोघांनीच अचूक जाणलं होतं. आता अण्णा कोणत्या मनोवस्थेत आहेत ते.

'मूड नाही' म्हणून गीतरामायणातली गीतं म्हणायचं अण्णांनी चक्क नाकारलं होतं. नंतर एक घंटाभर हास्यविनोदात ते रमले होते. त्यांचं आंतरमन मात्र पूर्णतः जागृत होतं. एकाएकी भोवतीचे हास्यकल्लोळ थांबवीत त्यांनी आपलंच गीतरामायण पुन्हा उचललं होतं. त्यांतील एकच गीत म्हटलं होतं— ''उगा का काळीज माझे उले?'' हे सहज घडलं नव्हतं. हे गीत म्हणताना ते कौसल्येला प्रतिनिधी करून आमच्या ना. वां.च्या सौ. कुस्पाताईंच्या अंतरंगाशी पूर्णतः एकरूप झाले होते. ते एकच गीत म्हणताना अण्णांचे झरझर पाझरणारे, जीवनानुभव घेतलेले डोळे मी समक्ष पाहिले होते— अण्णा नावाचा आधुनिक वाल्मीकी बैठकीत बसलेल्या आपल्या ना. वा. उर्फ बाबा या जिवलग मित्राच्या पत्नीच्या नाळेच्या वेदनेशी कविहृदयानं मूकपणे एकलय झाला होता. ना. वा. व पुष्पाताईंना अपत्यप्राप्ती नाही ही ती निरुत्तर करणारी जीवघेणी वेदना होती.

त्या क्षणापासून माझ्या व्यक्तिगत दैनंदिनीत ना. वा. हे नाव 'मैतर' म्हणून कधीही न पुसण्यासाठी लिहिलं गेलंय. ना. वा. आणि आमच्या कुस्पाताई संपूर्ण आयुष्यात कुणाचाही कधीही हेवा करताना दिसलेले नाहीत. त्यांना मी आणि असंख्य कोल्हापूरकरांनी कधीच दुर्मुखलेलं पाहिलेलं नाही.

हा लेख लिहिताना माझं मलाच एक कोडं सुटलेलं आहे. सर्वांच्या नावांचा शॉर्टफॉर्म करणाऱ्या ना. वां.च्या 'बाबा' या नावाचा अण्णांनी

कधीच 'बाब्या' का केला नाही? तर त्यांना पुरतं पुरतं मनोमन पटून चुकलं होतं की, ना. वां.नी आपल्या उभ्या आयुष्यात पत्नीला एका जाणत्या जन्मदात्याचं— वडिलांचंच प्रेम दिलं आहे. ना. वा. अण्णांनीही 'बाबा' म्हणण्याच्या सार्थ पात्रतेचे आहेत!

असे आहेत माझे परम मैतर 'ना. वा.' अण्णांचे 'बाबा'!

◆

शेवटी– 'घराबाहेर'!!!

शनिवारच्या निर्दय शनीनं आपली काळी वलयं शेवटी मराठी मनामनांभोवती करकचून आवळली. पावसाळी हवेनं शरीर कोंदटलेल्या अवस्थेतच मन कोंदटणारी वार्ता महाराष्ट्राच्या खेड्यापाड्यांत पसरली. उंबरठ्या-उंबरठ्याआड ओठावरचे चहाचे कपही थंड झाले. उभा महाराष्ट्र झोपेची झापड टाकून थरारला. एकाच वाक्याच्या तारायंत्रानं आपलं जाळं महाराष्ट्राच्या घराघरात फेकलं— 'आचार्य अत्रे गेले!' ते वाक्य कानाला-मनाला खरंच वाटत नव्हतं. पटत नव्हतं. 'मृत्यू' हा शब्दच ज्यांच्या जीवनकोशात नाही असं साऱ्या महाराष्ट्राला ज्यांच्याबद्दल वाटत होतं, असं आचार्य अत्रे हे एकमेव व्यक्तित्व या शतकानं पाहिलं होतं. आणि आपल्या सत्यशोधक स्वभावधर्मानुसार 'हे' एवढंच शिल्लक राहायला नको म्हणून आचार्य, 'मृत्यो, थांब, असंख्य निरागसांना अकाली कवटाळताना या महाराष्ट्रभूमीला भारभूत झालेल्यांच्याकडे कानाडोळा करणारं तुझं स्वर्गीय ढोंग मला फोडायचं आहे' असं म्हणत लेखणी सरसावून साक्षात मृत्यूच्या मागं लागण्यासाठी गेले! आचार्य अत्रे गेले नि महाराष्ट्राचा स्वातंत्र्यपूर्व काळातील आणि स्वातंत्र्योत्तर वीसकातील उष्ण श्वास गेला.

दोन महिन्यांपूर्वी त्यांना लिहिलेल्या एका व्यक्तिगत पत्रात मी म्हटलं होतं. 'कधीकाळी तुमचं शब्दरेखाटन करण्याचा प्रयत्न मराठीतील

खंद्या कलमबहाद्दरांनी केलाच तर त्यांचीही स्थिती हत्ती खांबासारखा होता, सुपासारखा होता, भिंतीसारखा होता, अशीच केविलवाणी होईल. आचार्य अत्रे हा सरस्वतीचा चमत्कार होता. चमत्काराचं मूल्यमापन कुणी नि कसं करावं? ते मराठी सारस्वताच्या कोणकोणत्या क्षेत्रात यशस्वीपणे संचारले हे सांगण्यापेक्षा ते वावरले नाहीत असं मराठीचं क्षेत्रच उरलं नाही असं म्हणावं लागेल. सरस्वतीला एवढा हावरा मुलगा या शतकात दुसरा झालाच नाही.'

वाङ्मयातील आचार्यांची शिलेदारी मराठी मनाला आता समजावून सांगणं म्हणजे आईची ओळख मुलाला करून देण्यासारखं आहे! यासाठी या विचारधारेत 'आचार्य अत्रे एक मराठी माणूस व आचार्य अत्रे एक अध्यात्मवेडा साधक' एवढाच पण असंख्य लेखण्यांना थकविणारा पैलू मी माझ्या दृष्टीनं पाहतो आहे.

जिद्द हा मराठी माणसाचा खासा गुणविशेष असेलच, तर खिशात केवळ ७५ पौंड टाकून इंग्लंडच्या भूमीवर पाय ठेवून टी.डी. सारख्या परीक्षेत सर्वप्रथम येणारं आचार्य अत्रे हे पहिलं मराठी मन अशी ख्याती असेल. जर चिडीनंच मराठी मन पारखलं जाणार असेल, तर समाज जीवनातील कृष्णसर्प अचूक टिपून त्यांचं शवच्छेदन करणारे आचार्य अत्रे हे अफझल वधाचे वारस आहेत. गरिबांच्या दैन्यानं पाझरतं ते मराठी मन अशी ख्याति असेल, तर पाठीवर सूर्यजाळ घेऊन मरमर राबणाऱ्या श्रमिकांच्या घामाचे अश्रू ढाळणारं आचार्य अत्रे हे एक विशाल महाराष्ट्र मन आहे.

पुण्याच्या पानशेतानं कुण्या टांगेवाल्याच्या डोळ्यांत अश्रूंचा महापूर उभा केला तर तातडीने चेकद्वारा धनसांत्वन पाठविणारे अत्रे, एखाद्या रिक्षावाल्याच्या घरी पुन्हा चिवडा मागून खाणारे अत्रे, गावाकडच्या कुणबिणीला आपल्या गाडीत बसवून घेऊन तिच्यासमवेत आलिशान हॉटेलात ब्रेड खाणारे अत्रे, 'आमचा बाबू गेला' म्हणून ड्रायव्हरवर संपादकीय लिहिणारे अत्रे, आपल्या पहिल्याच नाटकाच्या निर्मात्याला त्याच्या विपन्नावस्थेत शिवशक्तीत नोकरीसाठी पाचारण करणारे अत्रे. आपल्या नातवासाठी आपल्या विशाल देहाचा घोडा करून त्याला पाठीवर नीट बसता यावं म्हणून ओणावणारे अत्रे, एक दिलदार

दिलदार मराठी माणूस, बऱ्याच मराठी माणसांना अद्याप कळलेले नाहीत. शब्दांचे चौथरे निर्माण करून साहित्यिक होता येतं; पण एवढं चौफेर निर्हेतुक प्रेमप्रक्षेपण करून माणूस होता येणं खरोखरच अतिकठीण आहे. मला तर आचार्यांच्या जीवनाच्या हिमनगाचा हा लेखणीमागं दडलेला भाग फार मोलाचा वाटला आहे. वैभवात राहता येणं सोपं असतं पण वैभव पचवून अंगुळभर शिल्लक राहता येणं कठीण असतं. आचार्यांनी हे केलं. राजकीय, साहित्यिक, वृत्तपत्रीय अशा विविध भूमिका करणारं त्यांचं मन नव्याच्या अरोध ओढीने एकसारखं बदलत गेलं. पण शिवकालीन अत्रे घराण्याचा वारसा घेऊन आलेलं त्यांचं हे कनवाळू मराठी मन शेवटपर्यंत तसंच राहिलं. कदाचित बालपणी त्यांच्या जन्मगावाजवळ— सासवडजवळ असलेल्या किल्ले पुरंदरच्या खड्या पण पाणथळ कड्यानं त्यांना दिलेल्या ऐतिहासिक आनुवंशिक संस्कारातच त्याचं बीज सापडेल.

आचार्यांच्या जाण्यानं कुठल्या तरी स्टेशनजवळ हमाली करणाऱ्या श्रमिकाची हातगाडी क्षणभर रेंगाळली असेल, कुठल्या तरी रिक्षावाल्याचे गिअर्स चुकले असतील, कुठल्या तरी गिरणबाबूला माथ्यावरचा घाम टिपण्याचं विस्मरण झालं असेल, कोण्या शिक्षकाच्या हातातील खडू चार असंगत रेघोट्या फळ्यावर ओढीत राहिला असेल, कोण्या नाट्य कलाकाराच्या तोंडावर लपलेला मेकअपचा रंगथर स्नायूबरोबर आकसला असेल, यातच त्यांच्या मराठी मनातील प्रियतेचं सार साठवलेलं आहे. एखाद्या विशिष्ट भूभागातील विविध व्यवसायी मनामनांवर एवढं सहज राज्य करणं ही एक स्वर्गसमृद्ध माणसाला वश होणारीच किमया खास आहे.

आचार्यांच्या जीवनातील दुसरा अतिगूढ पैलू कोणता असेल तर तो 'अध्यात्मवेड' हा. अनेकांना त्यांच्यातील हास्याने फुललेला सकाळपुरुष आठवताना माझं हे विधान असंगत वाटेल. पण हे सर्व सत्य आहे. त्यांचं संतवाङ्मयाचं प्रेम हे केवळ ते वाङ्मयातील जाणकार होते म्हणून नव्हतं. कधी कधी भाषणात तासन्‌तास श्रोतृवृंदाला हास्याच्या कारंजांनी न्हाऊन काढणारे आचार्य एक-दोन क्षण सृषुम्नेपासून कुंडलिनीपर्यंत असं काही गंभीर बोलून जात की, सर्व सभागार आत्मलक्ष्यी शांततेत

लय पावे. बुवाबाजीच्या ढोंगावर परखड लेख व नाटकं लिहिताना आचार्यांचा हेतू या मार्गातील माजलेले तण दूर सारून मराठी माणसाला त्याच्या दिव्य पूर्वजांचा मार्ग सुकर करून द्यावा हाच होता. श्रीधरस्वामींपासून श्रीदत्ता बाळांच्या चरणाशी लीन होणारे आचार्य तेच होते की ज्यांनी असंख्य कृष्णकारस्थानांची झोप उडवून लावली होती.

माणसाच्या यशस्वितेचं वर्णन करताना तो 'अष्टपैलू' आहे असं म्हटलं जातं. आचार्यांचे पैलू मानायचे झाले तर एकशे-आठ मानावे लागतील.

त्यांच्या आत्म्याला सद्गती लाभो म्हणणं म्हणजे निळ्या आकाशाला निळाई देऊ करणं आहे.

वर्डस्वर्थच्या एका कवितेतील एका स्त्रीच्या आत्म्यासाठी स्वर्गातील वृक्षावरील एक पक्षी द्वारपालांना उद्देशून असं म्हणाला की, 'Let her in, Let her in' (तिला आत जाऊ द्या). तसं स्वर्ग नावाची जागा अस्तित्वात असेलच तर तेथील द्वारपालच आचार्यांसाठी म्हणाले असतील, 'Let him in, Let him in!' (त्यांना आत येऊ द्या!)

आचार्य स्वत:बरोबरच शब्दांचा प्रचंडपणा घेऊन गेले आहेत. आता झेंडूची फुलं क्षणभर कोमेजली आहेत. कऱ्हेचं पाणी लवभर रोडावलं आहे. असंख्यांच्या अपसमजाच्या भ्रमाचा भोपळा फुटला आहे.

साऱ्या महाराष्ट्राला आपलं घर मानून त्यांनी हयातभर हातचं न राखता मराठी माणसावर प्रेमच केलं. या घरातील सर्व दालनं त्यांनी आपल्या भ्रमंतीनं सजीव केली. घराला कऱ्हेपण दिलं. आणि— आणि आपल्या संचारासाठी हे घर अपुरं वाटताच शेवटी शेवटी ते या घराबाहेर पडले!

यासमयी माझे त्यांना शतश: प्रणाम— ते करताना एक काव्यकल्पना मनात रेंगाळते आहे,

मुक्या मनाने किती उधळावे
शब्दांचे बुडबुडे।
तुझे पवाडे गातील पुढती
सह्याद्रीचे कडे।।

गोदाकाठचा साहित्यप्राजक्त

इये मराठियेच्या नगरीत, सहस्त्रचंद्र डोळांभर बघितलेला असा एक भाग्यवंत व गुणवंत शारदासुत सांप्रत जीवनसाफल्याचं परमोच्च शिखर गाठून शांतचित्त आहे. रामग्राम गोदावरीच्या काठावर नाशिकला तो आहे. धवल केशकला मस्तकी मिरवत, त्याहून धवल अंतरंग फासळ्यांत वागवत हा सरस्वतीचा लाडका लेक नाशकात, 'राम' भरत आजही हसमुख आहे. वि. वा. शिरवाडकर उर्फ कुसुमाग्रज— सर्वांचे आदरणीय तात्यासाहेब ही मराठीतील शिक्कामोर्तबाची नाममुद्रा केव्हाच झाली आहे.

गजेंद्रमोक्षात एक फार अर्थपूर्ण ऋचा आहे,

'जे ज्याच्या दैवे आले जेव्हा ।
तो आपुलाची विभाग भोगावा ।
दुसऱ्याचा करिता हेवा ।
तरी ते देवा न माने ॥'

कुठल्याही स्थितीत दैवानं समोर आणलेलं भागध्येय ही देवाचीच कृपा मानून जो कुणाचाही दुस्वास वा हेवा न करता आपली इनिंग मनानं, निरामय खेळतो तो 'पोचलेला' असतो. ज्याला समोर बघताच त्याचा चरणस्पर्श प्रथम घेऊन मग काय बोलायचं ते बोलावंसं वाटतं तो 'पैलतीराचा' माणूस असतो. ज्याच्या संदर्भात हे अगदी सहज नकळत घडतं तो ज्ञानोबा-तुकोबा ते सोयरोबांच्या मालिकेतला 'जे न

पाहे रवि । ते देखे कवि ।' या सार्थ बिरुदाचा अधिकारी कविराज असतो! तुम्ही-आम्ही भाग्यवान आहोत की असा कविश्रेष्ठ आपणाला आपल्या दूधभाषेत, मराठीत, कुसुमाग्रजांच्या रूपानं लाभला आहे.

ज्ञानदेवता सरस्वतीशी जो सुप्त व जागृत मनानं संपूर्ण अस्तित्वासह समलय पावलेला असतो तो सारस्वत! 'ज्ञ' म्हणजे जाणणं. ज्यानं जीवनाचं प्रकट-अप्रकट, रूप-स्वरूप सर्व आयामांसह जाणलेलं असतं, तो शब्दसृष्टीला हवं तसं वाकवू, फिरवू शकणारा, अक्षरांचा ज्ञाता महापुरुष म्हणजे सच्चा सारस्वत! 'जीवन' म्हणून जे जे जगत असतं त्याची स्पंदनं ज्याच्या हृत्स्पंदनांशी एकरूप होऊन शब्दरूपात सतत स्रवत असतात तो अभिजात सारस्वत. इतकंच काय तो अरूपाला रूपाचं सौंदर्य बहाल करू शकतो तो खरा सारस्वतीपुत्र! तो ज्ञानदेवांचा उत्तरदायी वारस असतो. तो व्यास-वाल्मीकींच्या कालजयी कुलांचा अधिकारी असतो. कालाचे, भूप्रदेशाचे कुठल्याही भाषेच्या सीमेचे सर्व सर्व अडसर दूर सारून साक्षात शेक्सपियरसारख्या शब्द व भावप्रभूंच्या खांद्यावर बसल्यामुळं जीवनाच्या अधिक परिघांचं दर्शन घडलेला भाग्यवंत असतो! या सुहृद महामानवाशी अत्यंत जिव्हाळ्याचा मनमेळ लाभला हे मी जीवनयात्रेतील परमोच्च यश मानतो. ती भाग्यसीमा मानतो.

तात्यांचा 'विशाखा' हा पहिलाच काव्यसंग्रह पारतंत्र्यातील मराठी साहित्य जगतात खळबळ माजवून गेला. 'विशाखा'तील कविता १९३० ते १९४२ या कालखंडातील आहेत. हा काळ म्हणजे हा विशालकाय देश आपल्या निर्भय आणि निडर भाष्यानं खडबडून जागृत करणाऱ्या लो. टिळकांच्या अंतानंतरचा काळ. म. गांधींच्या राजकीय व सामाजिक क्षितिजावरचा ऐन भरीचा काळ. कात टाकून भारतीय जनमानस असहकार, सत्याग्रह, पिकेटिंग्ज ही नवी शस्त्रं घेऊन प्रामाणिकपणे लढला तो काळ. तात्यासाहेबांच्या या दहा-बारा वर्षांतील काळीजदेठापासून उसळून आलेल्या अनेक अजर कविता या 'विशाखा'तील आहेत.

अभिजात असून, कवीच्या अंतरात्म्याचे ते सशक्त हुंकार असूनही १०-१२ वर्षं या कवितांना प्रकाशनाची संधी काही लाभत नव्हती. थोर व ज्येष्ठ साहित्यिक भाऊसाहेब खांडेकर यांनी पुढाकार घेऊन

स्वखर्चानं त्या छापल्या. त्याला आपली छोटीच पण वैजयंतीमालेच्या मोलाची प्रस्तावना दिली. त्या प्रस्तावनेतच भाऊंनी या महाकवीच्या पुढील पायवाटेवर द्रष्ट्यासारखं शिक्कामोर्तब केलं. त्यांनी लिहिलंय,

'... विषमता, पिळवणूक, गांजवणूक आणि अन्याय यांच्या विषयीची बहुजन समाजाची चीड कुसुमाग्रजांनी अत्यंत उत्कट आणि सुंदर स्वरूपात आपल्या काव्यातून व्यक्त केली आहे.'

या भाऊंच्या ऐलतीरावरून अचूक नस पकडून घातलेल्या सादेला तात्यांनी तेवढ्याच आशेनं पैलतीरावरून नेमका प्रतिसाद दिला. तोही हयातभर. ते आजतागायत लिहीत राहिले. सामान्याच्या वेदनेला उद्‌गार देत.

श्रवणमधुर गायक पहिल्याच पदन्यासाबरोबर आपला वाण काय याचा मूक तरीही अमाप बोलका परिचय देऊन जातो. अगदी तस्सा हा कुसुमाग्रजांचा पहिला वहिला काव्यसंच आहे. 'विशाखा' नाव सार्थ करणारा. वैशाखातील विविधरंगी फुलांनी डवरलेल्या सह्यकड्यासारखा.

'गर्जा जयजयकार', 'पृथ्वीचे प्रेमगीत', 'कोलंबसाचे गर्वगीत' अशा कालच हुंकार घेऊन जन्माला आल्यासारख्या सदैव सतेज वाटणाऱ्या अजर, अक्षय कविता या 'विशाखा'तल्या आहेत. कुसुमाग्रजांचा त्यांनी हाती घेतलेला कोणताही साहित्यिक आकृतिबंध असो, त्यांचा आत्मा असतो मानवी वेदना हा. त्यांची कविता, नाटक, कादंबरी, ललित वा वैचारिक लेख सतत एकाच सत्याकडे तर्जनीनिर्देश करीत आला आहे— 'मानवी वेदनेकडे'.

नुकत्याच निघालेल्या 'विशाखा'च्या डिलक्स आवृत्तीला मनोगत म्हणून कुसुमाग्रज चारच ओळींचं काव्य लिहितात. त्याचं शीर्षक आहे 'देणे' (इथं घेण्याचा प्रश्न कधीच येत नाही. सत्य सदैव देणं आणि देणं!)

'देणं' कविता अशी आहे—

'आकाशपण हटता हटत नाही.
मातीपण मिटता मिटत नाही.
माझं जखमांचं देणं
फिटता फिटत नाही!'

जखमांचं देणं हे असं हयातभर फेडत आलेला हा बावन्नकशी

महाकवी ज्ञानपीठ पुरस्काराचा अधिकारी होणं ही आपल्या दूधभाषेला—मराठीला केवढी अभिमानाची गोष्ट! पण नाही. स्वत:बद्दल खूप काही साहित्यिक अपसमज करून घेतलेल्या काही महाभागांनी काही दिवसांपूर्वी मनीची अशोभनीय मळमळ ओकून टाकली. कुठं? तर प्रत्यक्ष देशाच्या राजधानीच्या दिल्ली शहरात! अगोदरच दिल्ली महाराष्ट्राची डाळ कुठल्याच क्षेत्रात काही शिजू देत नाही. ते आपणाला तख्त फोडणाऱ्या सदाशिवभाऊचे व नथुरामाचे वारस मानतात. टिळक, आंबेडकरांचे मानत नाहीत! कुठल्याही बाबतीत तसा बादरायणी संबंध आणून मराठी माणसाला मिळेल तिथं मनसोक्त झोडतात. तशातच विद्यापीठाच्या एका भरगच्च साहित्यिक कार्यक्रमात एका मराठीच्या लेखकानं त्याची कीव करावी असं भाष्य (बहुधा एवढ्या लांबवरची मल्लीनाथी दूर मराठीचिये नगरीत पोचणारच नाही अशा चतुर होऱ्यानं) केलं. पण ते लगेच दुसऱ्याच दिवशी महाराष्ट्रात पोचलं.

'मराठीला मिळालेली दोन्ही ज्ञानपीठ पारितोषिकं सामान्य वकुबाच्या लेखकांना देण्यात आली आहेत' अशा आशयाचं ते बरळणं होतं. यावर मराठीत वादळ न उठतं तरच नवल होतं. महिनाभर हा विषय वृत्तपत्रांतून सतत झळकत राहिला.

अशातच कुणी एक चतुर वार्ताहर नाशिकला थेट तात्यांनाच भिडला. त्यानं त्यांची यावरची निखळ प्रतिक्रिया विचारली. नेहमीचं राजस हसत कुसुमाग्रजांनी त्याला उत्तर दिलं. नामी व बिनतोड.

ते म्हणाले, ''त्या लेखकाचं म्हणणं माझ्या संदर्भात ठीक होतं. पण भाऊसाहेब खांडेकरांच्या बाबतीत चूक होतं!'' हे त्यांचं उत्तर इतकं चपखल होतं की त्यांच्या दर्जेदार नाटकातील मर्मभेदक संवादाचीच आठवण जाणत्याला होऊन त्याच्या तोंडून सहजोद्गार निघावेत, 'व्वा! केवढं निरुत्तर करणारं उत्तर दिलंत तात्या तुम्ही. भाऊसाहेबांसह स्वत:चा आब राखून कॉलरवर चढलेला एक क्षुद्र प्राणी तुम्ही किती सहज चिकाटीनं झटकून लावलात!'

तात्यासाहेब शिरवाडकरांना मी सारस्वतांचा सारस्वत म्हणतो व मानतो. त्यांच्या साहित्यात तर अशा कित्येक जागा दाखविता येतील की, त्याबाबत फक्त एकच प्रश्न उठवून ते सारस्वतांचे सारस्वत ठरतात की नाहीत याचा कुणीही पडताळा घेऊन बघावा. तो प्रश्न असा की,

'कुसुमाग्रज इथं जसे ज्या शब्दलयीत व्यक्त झालेत तसा अन्य कुणी मराठी साहित्यिक प्रकट होऊ शकतो काय?' माझं स्पष्ट मत आहे, 'मुळीच नाही' असंच याचं उत्तर येईल.

त्यांच्या 'विशाखा'तील 'पृथ्वीचं प्रेमगीत' ही कविता वानगीदाखल घ्यावी. मुळात पृथ्वी ही सूर्यापासून कधी काळी विलग झालेली चिरविरहिणी आहे हा (वैज्ञानिक सत्याला एवढासुद्धा धक्का न लावता) निवडलेला काव्यविषयच केवढा उत्तुंग आहे. इंग्रजी, फ्रेंच, जर्मनी अशा भाषांच्या जागतिक साहित्यात मानानं बसण्याची कुवत असलेली ही अजोड मराठी कविता आहे. तिच्या प्रकटीकरणातील गगनगामी काव्यझेपा आजही केवळ थक्क करणाऱ्या आहेत. प्रारंभीच ते म्हणतात—

'युगामागुनी चालली रे युगे ही
करावी किती भास्करा वंचना?
किती काळ कक्षेत धावू तुझ्या मी
कितीदा करू प्रीतिची याचना!'

न्यूटननं पृथ्वीच्या गुरुत्वाकक्षेत राहूनच गुरुत्वाकर्षणाचा अमर मौलिक शोध लावला. या काव्यात कुसुमाग्रज पृथ्वीला, एका अचेतनाला चेतनामय विरहिणीची उपमा देण्याचं जे काव्यगारूड सहज लिहून जातात ते थक्क करणारं आहे.

माझ्या भवती शुक्र, मंगळ हे ग्रह पिंगा घालताहेत. आपला देदीप्यमान पिसारा फुलवून धूमकेतू मला कधीपासून भुरळ घालू बघतो आहे— पण,

'परी भव्य ते तेज पाहून पुजून
घेऊ गळ्याशी कसे काजवे?
नको क्षुद्र शृंगार तो दुर्बलांचा-
तुझी दूरता त्याहूनी साहवे!'

असं वैज्ञानिक वास्तव जराही न बिघडवता कुसुमाग्रज जेव्हा अचेतनाला अत्यंत चपखल असं चेतनामय काव्यरूप देऊन आपलं लाडकं 'वेदना प्रेम' पृथ्वी या चिरविरहिणीच्या ठायी मोजक्या शब्दांत रोपून मोकळे होतात तेव्हा वाचकाला दोन्ही हात उंचवून 'व्वा!' अशी दाद दिल्याशिवाय कसं राहवेल?

ही कविता

'अमर्याद मित्रा तुझी थोरवी
अन् धुळीचेच आहे मला भूषण!'

अशी अचूक काव्यसम साधून सुटते तेव्हा काव्यलोभी क्षणभर डोळे मिटून पृथ्वीबरोबर स्वत:च सूर्याभवती फिरत तिचं प्रेमगीत गात विरहिणीचा अनुभव घेत नाही काय? कवीचं श्रेयस म्हणतात ते याहून दुसरं काय असू शकतं?

ज्याला चित्रदर्शी प्रतिमा म्हणतात ती कुसुमाग्रजांच्या काव्यसागरात अनेक ठिकाणी भेटते. पट्टीच्या चित्रकारानं कुंचल्याच्या मोजक्याच फटकाऱ्यात एखादं खिळवून ठेवणारं लँडस्केप रेखाटावं तशा त्यांच्या काही कविता आहेत. 'अहिनकुल' हे त्याचं सर्वोत्तम उदाहरण आहे. यातील डौलदार नागसर्पाचं चपखल वर्णन वाचकाला खिळवून ठेवणारं आहे.

'ओतीत विखारी वातावरणी आग
हा वळसे घालित आला मंथर नाग!'

यातील 'मंथर' हे नागाचं विशेषण खास अर्थपूर्ण व बोलकं आहे. नागाच्या सर्पटातील 'मंथर' हे सार्थ विशेषण मराठीत अन्य कुठल्याच रचनाकारानं कधी वापरलेलं नाही. सूक्ष्म जाणणाऱ्या विलक्षणालाच समजेल की, प्रत्यक्ष तात्यांनीही तसं अन्यत्र कुठंही वापरलेलं नाही! 'मंथर' म्हणजे संथ, सावकाश. विखारी नागाचा स्वसामर्थ्यावर एवढा विश्वास असतो की, फुत्कारत तो डौलदार वळणं घेत संथपणे आला आहे. तो कसा दिसतोय याचं रूप चढत्या भाजणीतील प्रतिमादर्शन सळसळता नाग डोळ्यांसमोर हुबेहूब उभा करतं. ते केवळच अजोड आहे.

तो कसा दिसत होता? तर—

'कधी लवचिक पाते खड्गाचे लवलवते
प्रमदेचे गर्भरेशमी वस्त्र जणू सळसळते!
मार्गावर याच्या लवत तृणाची पाती-
जग गुलाम सारे या सम्राटापुढती!
अग्नीचा ओघळ ओघळतो जणू मंद
टाकली यमाने कट्यार ही कनकाची!
वा तांडव करता सोम प्राशुनी काली-
हे कंकण निखळुनि पडले भूवर खाली!'

इतक्यात कुठून तरी त्याचा जन्मजात वैरी नकुल (मुंगूस) आला! कसा? तर—

‘अंगारकणापरि नयन जयाचे लाल-
आरक्त ओठ ते ध्वजा जणू रक्ताच्या
रे नकुल आला! आला देख नकुल!’

नकुलाच्या भयावह आगमनाबरोबर आता कवितेचा संपूर्ण नूरच पालटतो.

‘थबकलाच जागी सर्प घालुनी वळसा-
घे फणा उभारून मरणाचा कानोसा!’

मग व्हायचं तेच झालं!

‘रण काय भयानक, लोळे आग जळात!’

मुंगूस सर्पाचं थर्रकावून सोडणारं भयानक रण माजलंच आणि असं क्रांतिकारकाचं प्रज्वलंत मन पकडण्याचं सामर्थ्य असलेल्या क्रांतिकारक महाकवीच्या हातूनच ज्वलज्जहाल घडू शकतं.

‘काढ सखी गळ्यातील चांदण्याचे हात’ म्हणून प्रियेला क्रांतिकार्यासाठी घराबाहेर पडणाऱ्या निर्धारी विजिगीषु कवीशिवाय हे असं सामाजिक, पारदर्शी रोकडं सत्य कोण प्रकट करू शकणार? म्हणून तर कुसुमाग्रजांना सारस्वतांचा सारस्वत म्हणायचं. मराठी भाषा व महाराष्ट्रप्रेमी म्हणायचं. आ. अत्र्यांनंतर दिसतं का असं कुठं मऱ्हाटमोळं मन?

असाच दुसराही एक घडलेला उत्कट प्रसंग. हा घडला तशा नेमस्त स्वभावाच्या व अभिजात साहित्यप्रेमी असलेल्या यशवंतराव चव्हाणांच्या संदर्भात. त्यावेळी ते देशाचे मंत्री होते. (बहुधा संरक्षणमंत्रीच.) काही कार्यक्रमासाठी सुसज्ज शासकीय विमानानं नाशिकला आले. (बहुधा नाशिकजवळच्या ओझरच्या राष्ट्रीय विमानकारखान्याला भेट द्यायला.) त्यांनी ठरवल्याप्रमाणं निवांत वेळी तात्यासाहेबांना फोन केला. इकडतिकडची प्रारंभिक सादिलवारीची बोलणी झाली. यशवंतराव सहज म्हणाले, “येताय दिल्लीला? विमानातून गप्पा मारत जाऊ. सकाळी आठला निघू.”

“नको! तुम्ही निघा. तसं मला दोन दिवसांत दिल्लीला जायचं आहेच पण उद्या नाही. तुम्ही निघा.”

यशवंतराव स्वभावानं तसे खोचकच. हसतच म्हणाले, “हं बरोबर

आहे तुमचं. तुम्ही आमच्यासारख्या राजकारणी माणसाबरोबर कशाला याल!''

तात्यासाहेब पटकन म्हणाले, ''तसंच काही नाही. मी उठतोच नऊला! एक तास राष्ट्रीय विमानाचा वेळ कशाला घ्यायचा!''

कुसुमाग्रज पिंडानं विनोदी नव्हेत, तसं त्याचं साहित्यही अधिक मात्रेत वैचारिक व गंभीरच. पण बोलण्यात तात्या हजरजबाबी. नर्मविनोदीच. हा हजरजबाबीपणाही अंमळ सौम्य विनोदाकडं वळणारा. असं काही बोलण्यापूर्वी ते असे काही पारदर्शी व बालकासारखं निर्मळ हसतात की त्यांचा विनोद भवतीच्यांना स्पर्शून जातो. हास्याची फुलकारंजी क्षणात उडते. त्यात ज्याच्यावर असा विनोद केलेला असतो तोही हसतच सामील झालेला असतो! मराठीतल्या गेल्या पिढीतल्या गदिमा, पुल, गोनीदा अशा मोजक्याच साहित्यिकांना अशी मार्मिक बोलण्याची खास देणगी लाभली होती.

तात्यासाहेब शिरवाडकरांना त्यांच्या आपल्या ढंगाची ही देणगी लाभली आहे. पुलंना त्यांच्या ढंगाची, गदिमा तर पावला पावलाला असं काही मजेदार बोलायचे की ते बालपणी नकलाकार होते हे न सांगताच पटून जावं.

नितळ वर्णाची व वाणाची अंगकांती फारच थोड्यांना लाभते. म्हणजे कशी? तर फोटोवरून वाटतं की, सयाजीराव गायकवाड व रामूभय्या दातेंना लाभलेली असावी तशी! आता अंगकांती हा काही ती लाभणाऱ्याचा विक्रम नव्हे हे अंमळ खरं. पण तात्यासाहेबांना मी तोरंजनाच्या वर्णाची व वाणाची भाग्यवंत अंगकांती लाभलीय म्हणतो तेव्हा त्याचा मला अभिप्रेत अर्थ दुहेरी आहे.

तात्यासाहेब सार्थ अर्थाने तोरंजनी वाणाचे मराठीतील सारस्वतांचे सारस्वत पुरुष आहेत. या सारस्वताचे मनाचे धागेही निखळ गुलाबी तोरंजनातील रसगर्भ गुलाब पाकळ्या असावेत तसे टिचून भरलेले अनंत नितळ निकोप. शरदातील पहाटवेळी प्राजक्तवृक्षाने ढाळलेल्या दहिवरयुक्त फुलसड्यासारखे. हा प्राजक्तही गोदावरीसारख्या हजारो वर्षांच्या पुराख्यात सत्त्वशील जलदायिनीच्या काठचा!

त्यांच्या प्रतिष्ठानात ते आदिवासी मुलांचे सांस्कृतिक व शालेय शिक्षणाचे सुट्टीतील वर्ग आस्थेने भरवतील. नाशकाभवतीच्या त्यांच्या

पाड्यांवर जिव्हाळ्याने मन:पूर्वक जातील. त्यांनी दिलेला ताक-भात, रानफळं याचा मन:पूर्वक आस्वाद घेतील. भेटीला आलेल्या आत्मीय साहित्यिकाला निरोप देण्यासाठी चालत दारापर्यंत येतील. एकदा तर मी चाटच पडलो.

त्या दिवशी नाशकाच्या दौऱ्यात ठरल्याप्रमाणं तोरंजनी मनोभावाच्या तात्यासाहेबांना भेटायला एक सोबत्यासह त्यांच्या निवासावर गेलो. बैठकीत अगोदरच दोघे बसलेले होते. (बहुधा एक विश्वास पाटील (पानिपतकार नव्हेत!) असावेत. दुसरे ठार अपरिचित होते. तात्यांनी 'या' म्हणत बालसुलभ निखळ हसत स्वागत केलं. दोन-चार प्रश्नोत्तरी झडी झाडल्या. मग स्वगत बोलल्यासारखं "बसा हं, आलोच" म्हणत बैठक सोडून ते उठले. आम्हाला वाटलं 'बाथरूमला' गेले असतील. बऱ्याच वेळानं ते पुन्हा बैठकीत प्रवेशले तेच हाती चहाचे चार-पाच कप ठेवलेला ट्रे घेऊनच! मी न राहवून विचारलं, "तुम्ही केला की काय चहा? काय हे तात्यासाहेब?"

नेहमीचं बालकभावाचं हसतच ते म्हणाले, "मग काय झालं? घ्या नि सांगा जमलाय का!"

आम्ही त्यांच्या त्या निरलस गृहस्थाश्रमानं मनभर भारावलो असताना त्यांनी ठेवलेल्या एका आत्मीय स्मरणानं तर पुढं काही काळ माझी बोलतीच बंद झाली. त्यांनी ट्रेमधला कप उचलून माझ्या हाती दिला. इतरांसाठी ट्रेच टीपॉयवर ठेवला. मला साखर चालत नाही हे नेमकं ध्यानात ठेवून त्यांनी माझ्या कपात साखर घातली नव्हती! आमची ही फार दिवसानंतरची भेट होती हे विशेष.

अकृत्रिम निखळ प्रेम हा तात्यांचा स्थायीभाव आहे. त्यांच्या सहवासात काही काळच आलेल्या स्त्री/पुरुषाला या निखळ प्रेमाची दीक्षा सहजच ते देतात. काही न बोलता. अगदी मूकपणेही. हे असलं असणं ओढूनताणून नाही आणता येत. जन्माबरोबरच ते रक्तपेशींवर उमटावं लागतं. ज्याच्या पेशींवर व दैववशात उमटलेलं असतं त्याला ते जीवनात वेळीच उमगावं लागतं. जे कलेची मन:पूर्वक साधना व आराधना करतात त्यांच्या ठायी एक शुभ्रधवल 'राजहंस' त्यांना नकळतच वस्तीला आलेला असतो. जीवनाच्या मानस सरोवरात पंखाखालच्या नितळ नीळसर जलाशयात डोकावून आपलंच प्रतिबिंब

बघण्याचं भाग्य मात्र त्याला वेळीच लाभावंच लागतं. तसं झालं तर बावन्नकशी सुवर्णाला वाळ्याचा सुगंध मिळाल्याचा दुर्मीळ योग भवतीच्या समाजपुरुषाला अनुभवायला मिळतो. तात्यांना हा भाग्ययोग नि:संशय लाभला आहे.

एके ठिकाणी त्यांनीच लिहून ठेवलंय की, 'सिनेमात नट होण्याच्या अभिलाषेने प्रथम मी नाशिकहून मुंबईला गेलो.' (व्यक्तिमत्त्व देखणं असल्यामुळे त्यांना त्यावेळच्या एका चित्रपटात कामही मिळालं होतं. हा त्यांच्या ऐन तरुणपणातील काळ होता.) पुढं सिनेमाचं काही जमलं नाही. अस्तित्वाच्या झगड्यानं त्यांना कोल्हापूर, पुणे-मुंबई अशा पत्रकारितेच्या क्षेत्रात फिरवून आणलं. त्यांचा आदर्श असलेल्या भाऊसाहेब खांडेकरांसारख्या त्यांनी चित्रपट कथाही लिहिल्या नाहीत. या दोन्हीही गोष्टी मराठी साहित्याच्या दृष्टीनं अतीव हितकरच झाल्या. या चुकलेल्या वाटांमुळे तात्यासाहेब सहजच साहित्याकडं मनाच्या अधिक कौलानं वळले. साहित्य हाच त्यांचा पिंड होता. तोच त्यांच्या आत्म्याचा हुंकार होता. यामुळेच मराठी साहित्याला 'विशाखा'सारखा सदाहरित काव्यसंच आणि 'नटसम्राट'सारखं मराठी रंगकर्मींच्या पिढ्यांना आवाहन करणारं नाटक मिळालं आहे. मराठी सारस्वताला 'सारस्वतांचा सारस्वत' अशी बिरुदावली सार्थपणे मिरविणारी कालजयी लेखणी मिळाली आहे. गोदाकाठचा सदाबहार प्राजक्त महाराष्ट्राला बघायला मिळाला आहे.

नाट्यप्रेमी गेल्या अनेक पिढ्या सार्थ कृतार्थतेनं व भरगच्च अभिमानानं म्हणत आल्या की, 'आम्ही बालगंधर्वांची नाटकं बघितलीत. त्यांचं स्वर्गीय गाणं कानभर ऐकलंय', तसंच कालच्या व आजच्या पिढ्या उद्याही सार्थ गौरवानं एकमेकांना सांगतील की, 'आम्ही कुसुमाग्रजांच्या 'विशाखा'नं वेडावलो होतो. आम्हाला तो कैकांच्या तोंडून नुसता ऐकून ऐकून पाठ झाला होता!' नाट्यप्रेमी म्हणतील, 'आम्ही सर्वांनी सादर केलेला मराठी रंगमंचावरचा नटसम्राट बेलवलकर डोळाभर कौतुकानं पाहिला होता.' तात्यासाहेब शिरवाडकरांनी कसलाही हातचा न राखता प्राण ओतून नटसम्राट बेलवलकर जसा लिहिला तसा डॉ. लागू, सतीश दुभाषी, दत्ता भट, यशवंत दत्त, चंद्रकांत गोखले आणि राजा गोसावी अशा दिग्गजांनी आपआपल्या परीनं

प्राण ओतून आपापल्या शैलीनं तो सादर केला. एकाची शैली दुसऱ्यासारखी नक्कीच नव्हती. तरीही पहिलटकरणीचं भाग्य लाभलेली डॉ. श्रीराम लागूंची शैली प्रत्येक नव्या शैलीच्या वेळी तीव्रपणे स्मरण देत आली! एकच भूमिका अनेक कलाकारांना आव्हानात्मक राहते असं इंग्रजी नाट्याच्या इतिहासात घडलं आहे, ते शेक्सपियरच्या बाबतीत. मराठीत ते मोठ्या पिढीच्या काळात राम गणेश गडकऱ्यांच्या बाबतीत घडलं. आम्ही गौरवानं म्हणू शकतो, 'आमच्या कालखंडात ते वि. वा. शिरवाडकरांच्या बाबतीत घडलंय. अभिनेत्यानं कुवतीप्रमाणं परिमाण द्यावा अशा परिश्रमाची व्यक्तिरेखा लिहून सादर करणारी आमची मराठी भाषा आहे!'

'सर्वात्मका सर्वेश्वरा...' हे कविराज कुसुमाग्रजांचं एक आशय-श्रीमंत देखणं गीत आहे. पं. जितेंद्र अभिषेकी यांनी या गीताला तेवढीच दृष्ट लागावी अशी देखणी चालही लावली आहे. महाराष्ट्र शासनानं ज्ञानदेवता शारदेची दिवसारंभाची आळवणी या गीतानं करावी म्हणून याला 'प्रार्थना' म्हणून मान्यता दिली. काही दिवस मराठी बालकांच्या संस्कारशील कंठांतून ही प्रार्थना घुमून उठलीही. पुढं काय झालं कुणास ठाऊक. काही क्रियानष्टांनी केलेल्या तक्रारीमुळे शासनानेच ही लाखमोलाची प्रार्थना परिपत्रक काढून चक्क बंद केली! यावर 'प्रतिक्रिया' विचारायला गेलेल्या पत्रकाराला कविवर्य दोन शब्दांत म्हणाले, 'सर्वात्मकाची इच्छा!'

बोलणं, लिहिणं, वागणं या अर्थानं असं नकळतच 'ऋषीपण' प्रकट करणारं निसर्गदत्त श्रेयस किती जणांच्या ठायी आहे? मराठीतच नव्हे अन्य किती भाषांच्या प्रांगणांत असे किती सारस्वत आढळतील? असे किती भावप्राजक्त देशातील अन्यत्र जलदायिनींच्या काठी आहेत?

यासाठीच सहस्रचंद्राचं भावपोषक चांदणं मस्तकी झेलून धन्य झालेला हा मराठीतला प्राजक्त-सारस्वत बघताना जाणवतं की, आजही याच्या मुद्रेवरील बालसुलभ चंदेरी, अरागस हास्य बघून आकाशीचा चंद्रमाही ओशाळत असेल!

'तात्यासाहेब! तुम जिओ हजारो साल—
साल के दिन हो लाखो लाखो!'

◆

‘बारी’ व ‘माझा गाव’कार रणजित देसाई

इये मराठीचिये नगरीतील मान्यवर लेखक, मित्रवर्य रणजित देसाई ८ एप्रिल रोजी एकसष्टीत पदार्पण करताहेत. हा हा म्हणता वर्षं गेली. एक दमदार दिलाचा अरबी घोडा साठ उंबरठे ओलांडून लोहगडाच्या दिल्ली दरवाजापर्यंत येऊन ठेपलासुद्धा रणजित देसाई यांचं नाव माहीत नाही असा माणूस उभ्या मराठी मुलखात नाही मराठीतले दोन लेखक लोकप्रेमाचा ससेमिरा चुकविण्यासाठी दूर तिकडं कानडी मुलखात जाऊन राहिले. पण लोकांनी तिथं जाऊनही प्रेमानं त्यांना गाठलंच. त्यांतील पहिले जबऱ्या लेखणीचे अधिकारी स्वर्गवासी जी. ए. कुलकर्णी (धारवाडला), दुसरे तमाम मराठा रसिकांना ‘स्वामी’कार म्हणून परिचित रणजित देसाई बेळगावला चंदगडजवळ (कोवाडला).

श्री. देसाई यांच्यावर आज एकसष्टीनिमित्त लिहिताना जाणीवपूर्वक लेखाचं शीर्षक ‘बारी’ व ‘माझा गाव’कार असं घेतलं आहे. आजच्या मराठीचा वाचक वाढत्या जाणिवेचा झाला आहे. गेल्या दोन-तीन पिढ्यांतील वाचकवर्गाला मात्र रणजित देसायांची कळत-नकळत एक ठरीव ओळख झाली आहे. रणजित देसाई लेखक कसे, तर जरतारी कथा लिहिणारे, संगीत मैफलीत ज्यांचा नायक, खुलत-फुलत जातो असे. ‘स्वामी’ व ‘श्रीमान योगी’ या ऐतिहासिक कादंबऱ्यांनी त्यांना ‘कार’ वाटावा इतकं ‘स्वामी’कार व ‘श्रीमान योगी’कार करून टाकलं आहे.

इथं मात्र आज कटाक्षानं सर्वांचं लक्ष वेधावयाचं आहे ते 'बारी' व 'माझा गाव'कार या नवतीच्या नव्हाळीच्या तितक्याच कसदार कादंबऱ्या सिद्ध करणाऱ्या सर्वसामान्यांचा लेखक रणजित देसायांच्याकडं. 'बारी' आजही आठवते, फरशीच्या धारेसारख्या सदासतेज असणाऱ्या व तळपणाऱ्या बेरड समाजातील नायक तेग्या आजही डोळ्यासमोर उभा ठाकतो. कधीतरी 'भिल्लाचा पोर' या आपल्या कवितेत गोपीनाथ तळवलकर यांनी उभा केलेला हुबेहूब भिल्ल बिचवां 'बारी'मध्ये तसाच तेग्याच्या रूपानं देसाई यांनी बरड बिचवा म्हणून जितनित खडा केला आहे. तेग्याची अस्तुरी नागी म्हणजे जशी सोनठिपक्यांची फणा असलेली नागीणच. 'बारी' या आपल्या पहिल्या-दुसऱ्या कादंबरीतच रणजित देसाईंनी सुतकट्टीच्या बारीतील बेरडांचं थरारक व दर्पणातील बिंबासारखं जीवन उभं केलं आहे. खरोखरच 'बारी' हा एक अविस्मरणीय असा साहित्यिक अनुभव आहे. जसा 'जैत रे जैत' मध्ये गो.नी.दां.चा येतो तसा! 'माझा गाव' ही आणखी एक रणजित देसाई यांची अशीच जनजीवनाशी निगडित साहित्यकृती. इथंसुद्धा त्यांनी आपल्या गावाचं भलं करण्यात हयातीची नाळ गुंतलेल्या दोन उतारवयाच्या ग्रामस्थांच्या मनाची आंदोलनं बारकाव्यानिशी शब्दरूप केली आहेत.

एकसष्टीनिमित्त या लेखात त्यांच्या साहित्याचा पुन्हा परिचय करून देण्याची खरं तर आवश्यकताच नाही. पण एखाद्या लेखकाच्या त्यालाच जीवप्राण वाटणाऱ्या कलाकृती नकळत बगलेला पडतात, त्यासाठी हा ओझरता स्पर्श. श्री. देसाई यांना साहित्यिक वर्तुळातील बरेच जण 'दादा' म्हणतात. (ही उपाधी आता तशी इतरत्र वजनदार राहिलेली नाही.) आम्ही कोल्हापुरातले काही जणच त्यांना 'सरकार' म्हणतो. काही रणजितभाऊ म्हणतात आणि काही जण त्यांच्या समक्षच त्यांना नुसतंच रणजित म्हणतात. त्यांना स्वत:ला हे असं अलंकारहीन नुसतं 'रणजित' म्हटलेलं दहा एक वर्षांपूर्वी आवडत असे. आज साहित्य आणि प्रत्यक्ष जीवनातले बरेचसे कडूगोड अनुभव चाखून रिचवलेला हा मराठी सारस्वतातील अभिजात गुणवतेचा कलावंत मनानं आपल्या 'स्वामी' व 'श्रीमान योगी'च्या नायकांच्या पलीकडे स्थिरावलेला दिसतो. काळाच्या ओघानं येणाऱ्या परिपक्वतेचं अपरिहार्य व सार्थ असं वरदान असतं.

श्री. देसाई यांचा नातेवाईक म्हणून गोतावळा मोठा आहे. मित्र म्हणून दोस्तानाही अफाट आहे. रसिक चाहत्यांची तर त्यांच्याभोवती सदैव अलोट गर्दी आहे. स्वत: ते मात्र या सर्व मखरात मनानं कधीच मिरवताना दिसत नाहीत. माझ्या माहितीप्रमाणं त्यांचा एक बालसुलभ गोष्टीवेल्हाळ स्वभाव आजही ताजातवाना व टवटवीत आहे. समोर जमविण्यासाठी नक्षीदार वेताचा पानडबा असला आणि त्याभोवती कर्णतत्पर असे उत्साही चार श्रोते असले, तर आजही ते तहानभूक विसरून दिवसभर गप्पाटप्पांत रमतील. त्यांच्यातील हा जो गोष्टीवेल्हाळ बाळ रणजित आहे, त्यानं इतरजनांना थरकापवायला लावतील असे जीवनात आलेले अनेक प्रसंग लीलया तोलण्याचं बळ त्यांना दिलं आहे. आपल्या 'कोवाड' या जन्मगावावर त्यांनी जिवापाड प्रेम केलं. त्यांच्या साहित्यात ते गाव फारसं दिसलं नाही, तरी आपल्या गावाशेजारी पाच-सहा वर्षांपूर्वी रणजितनगर ही आदर्श वसाहत उठवून त्यांनी हे प्रेम बोलकं केलं आहे. या नगराच्या उद्घाटनासाठी त्या वेळी कोवाडला यशवंतराव चव्हाण आले होते. ते आले होते म्हणून आवर्जून पुण्याहून मीही कोवाडला गेलो होतो. उद्घाटनाच्या कार्यक्रमानंतर त्या रात्री श्री. चव्हाण, श्री. देसाई, माधवीताई, मी, यशवंतराव गडाख असे एकत्र जेवलो. यशवंतराव दिल्लीहून आल्यामुळं प्रवासानं थकले आहेत हे हेरलेल्या रणजित देसायांची त्या दिवशी त्यांना विश्रांती मिळावी यासाठी चाललेली धडपड बघण्यासारखी होती. त्यातील नम्रता तर वाखाणण्याजोगी होती. कोल्हापूरचे संपादक यशवंत माने, निपाणीचे गोपीनाथ धारिया, आनंद यादव या सर्वांना उद्देशून 'स्वामी'कार हात जोडून म्हणाले, ''साहेब आज फार थकले आहेत, तुम्ही कृपा करून त्यांना कसलाच त्रास देऊ नका.''

त्या दिवशी झालेल्या कार्यक्रमात कोवाडला 'गौतम' ही बुद्धावरील कादंबरी श्री. देसाई यांनी आगामी म्हणून जाहीर केली. हाती घेतलेला वर्ण्यविषय मुळातून सखोलपणे तपासून बघण्याची वृत्ती असल्यामुळं त्यानंतर काही दिवसांतच ते बुद्धावरील कादंबरीची सामग्री मिळवण्यासाठी दिल्लीला गेले. तिथं काही दिवस यशवंतरावांच्याच बंगल्यात राहिले. दुसऱ्या खेपेला नेपाळ, जपान असा कसाकसा प्रवास करावा याची त्यांनी यशवंतरावांशी चर्चाही केली. त्या वेळी वेणूताई गेल्यानं यशवंतराव

दुःखमनस्क होते. त्यांना पुन्हा येण्याचं अभिवचन देऊन श्री. देसाई परतले. पुढे दुर्दैवानं हा योग काही आला नाही.

श्री. देसाई यांच्यामधील आपुलकीच्या जिव्हाळ्याचा प्रत्यय मला आला तो मी आजारी असताना मुंबईला 'जसलोक'मध्ये. १९७९ मध्ये एका तीव्र स्कूटर अपघातामुळं मी 'जसलोक'मध्ये दाखल झालो होतो. त्या वेळी मला ध्यानीमनी नसता अनेक जण आस्थेनं भेटून गेले. त्यांपैकी एक होते 'माझा गाव'चे लेखक रणजित देसाई. (त्यांचं कोवाड व माझं 'आजरा' गाव मधून फक्त १४ मैलांवर आहे.) ज्या वेळी मला भेटायला श्री. देसाई 'जसलोक'मध्ये आले त्या वेळी मला अपार आनंद झाला. मी आपसूकच उठून कॉटवर बसलो. ते माझ्या शेजारी बसले. माझा हात हाती घेऊन तो आश्वासक प्रेमळपणे थोपटत ते घोगरट शब्दांत म्हणाले, ''शिवाजीराव, 'छावा' अजून पूर्ण व्हायचा आहे. राजे, तुम्ही मरणालाही मोकळे नाहीत.'' मी ते ऐकून धीरचित्त झालो. त्यांचा हात तसाच कपाळी घेत म्हणालो, ''काळजी नसावी सरकार, आम्ही लवकरात लवकर बरे होऊ. आपला व जगदंबेचा आशीर्वाद असावा.'' क्षणभरातच त्या उदास रुग्णालयात चैतन्यमय असं ऐतिहासिक वातावरण आपोआप तयार झालं.

त्यानंतरची श्री. देसाई यांची अलीकडची भेट म्हणजे दक्षिण महाराष्ट्र साहित्य संमेलनासाठी दोन वर्षांपूर्वी मी बेळगावला गेलो त्या वेळची. त्या संमेलनाचे अध्यक्ष होते डॉ. आनंद यादव, संचालिका व आयोजिका होत्या माधवीताई देसाई, मी होतो उद्घाटक. संमेलनातील पाहुण्यांची एका मध्यवर्ती लॉजवर उतरण्याची व्यवस्था केली होती. मी उतरलो होतो त्या खोलीतच जगदीश खेबुडकरही होते. आम्ही एकमेकांशी हस्तांदोलन करून, अंघोळी आटोपून नाश्त्याची वाट पाहत बसलो होतो, की अनपेक्षितपणे अचानक साक्षात रणजित देसाईच आम्हा दोघांसमोर दरवाजा लोटून येऊन खडे ठाकले. शेजारची खुर्ची ओढून घेत तिच्यावर आसनस्थ होत महाराज 'वाजिपुशी' घेत म्हणाले, ''तुझा प्रवास कसा झाला शिवाजीराव? कविराज काय म्हणतात?'' पाठोपाठ नाश्ता, चहा आला. मग तो घेताघेता आम्हा तिघा पूर्वील मित्रांच्या घनदाट गप्पा त्या खोलीतच रंगल्या. अशा गप्पांत श्री. देसाई हे सदैव अलिखित वक्ते असतात. बाकीचे आपोआपच श्रोत्यांचा रोल स्वीकारतात.

गेल्या महिन्यात रणजितना कोवाडच्या पत्त्यावर पत्र लिहिण्याचा योग आला, तो होता 'श्रीमान योगी'च्या संदर्भात. उस्मानाबादच्या आर. पी. कॉलेजचे प्रा. वेदकुमार वेदालंकार यांनी नुकतंच 'श्रीमान योगी'चं हिंदीत भाषांतर सिद्ध केलं आहे. 'स्वामी' तर यापूर्वीच भारतीय ज्ञानपीठानं हिंदीत प्रकाशित केली आहे. तशीच आता 'श्रीमान योगी'ही आपणाला हिंदीत वाचावयास मिळेल अशी अपेक्षा करायला हरकत नाही.

मध्यंतरी श्री. देसाई यांना डोळ्याचा त्रास होत होता. त्यावरील उपचारामुळे तो त्रास आता बंद झाला आहे. पुणे येथील परवाच्या भेटीत त्यांना थोडासा रक्तदाबाचा त्रास होत असल्याची त्यांनी तक्रार केली. मी त्यांना या भेटीत अधिक निरखून पाहिलं. ते थोडेसे कृश वाटले हे खरं आहे. मात्र सध्याच्या लिखाणाची चौकशी करताच ते तळपत्या डोळ्यांनी म्हणाले, ''राजा रविवर्मा नुकताच हातावेगळा केला आहे. गौतमाची— बुद्धाची बैठक जमवतो आहे. आता मी कोवाडला नाही. डॉक्टरांच्या सल्ल्यासाठी कोल्हापूरलाच मुलीकडं— मधूकडं असतो.'' नंतर बराच वेळ आमच्या साहित्यावर आत्मीय गप्पा झाल्या. या वेळच्या गप्पांत मला प्रकर्षानं जाणवून गेलं की रणजित देसाई या जीवनवेड्या साहित्यिकात एक अपार माणूसलोभी माणूस आहे. आजकाल तो फारच दुर्मीळ झाला आहे. त्यावेळी मला जाणवलं नाही की, रणजित वयाचा साठ वर्षं हा महत्त्वाचा व मोलाचा टप्पा पार करताहेत. आजचे एकसष्टाव्या वर्षांत पदार्पण करणारे आमचे सन्मित्र रणजित देसाई कसे दिसतात?

अंगांगावर लाटाच लाटा पेलून साकारलेल्या
कातळ शिवलिंगासारखे!
खूपखूप आडवे-उभे वार झेलून अभंग राहिलेल्या
कासवपाठीच्या वीरभद्र ढालीसारखे!!

बंधो रणजित, आपणास उदंड, निरामय, निकोप असे आयुष्य लाभो. सरस्वती आपल्या लेखणीत चंड-उदंड, प्रेरणादायी, सृजनशील व नवनवोन्मेषशाली साहित्याचे अमोघ बळ भरो. मित्रवर, जीवेत् शरदः शतम्! शिवास्ते सन्तु पन्थानः!!

◆

ज्याचं त्याला रोखठोक देणारे- बाळासाहेब

शिवसेनाकार बाळासाहेब ठाकरे हा हा म्हणता पंचाहत्तर वर्षांचे झाले! त्यांचं हे अमृतमहोत्सवी वर्ष. या प्रसंगी त्यांच्यावर काही लिहिताना प्रकर्षानं आठवण होते आहे ती त्यांचे तर्ककठोर पिताजी प्रबोधनकार केशव सीताराम ठाकरे यांची. ज्याला व्यंगचित्रकार आर. के. लक्ष्मण यांच्या कलात्मक दृष्टीतील अंशमात्रही लाभला असेल त्यालाच कळेल की, 'बाळासाहेब प्रबोधनकारांच्या तोंडातून पडल्यासारखे वाटतात.' त्यांचं दिसणं, बोलणं, भाषेची शैली, हातवारे थेट प्रबोधनकारांसारखेच आहेत. फरक एकच- पिताजींनी महाराष्ट्राच्या प्रबोधनात जेवढं कार्य केलं, त्याच्या कितीतरी पट चढत्या भाजणीचं कार्य बाळासाहेबांनी उठविलं. त्यांच्या संदर्भात एकच ठोस विधान करता येईल की, त्यांच्यासारखा बोलण्यापूर्वी चौफेर अंगांनी तर्कशुद्ध विचार करून काय बोलायचं ते ठरविणारा आणि एकदा बोलल्यानंतर मूळ तुटो की पारंबी आपल्या विधानाशी घट्ट चिकटून राहणारा एकही नेता अखिल भारतातील सर्व पक्षांतील कुठल्याही पक्षात नाही!

हे जर असं आहे तर काही काही वेळा त्यांची विधानं सर्वसामान्य माणसाला गोंधळात टाकणारी व न पटणारी वाटतात ते का? या प्रश्नाचं उत्तरही सुवर्णमहोत्सवी वळण पार करून चाललेल्या आपल्या लोकशाहीतच आहे. आपल्याला स्वातंत्र्यापासून कालच्या भारतीय संसदेवरील हल्ल्याच्या घटनेपर्यंत कधीच निर्दोष विचार करायला, बोलायला,

लिहायला, वाचायला कुणीच शिकविलं नाही. आपण भारतीय जीवनातील सर्वच क्षेत्रांमध्ये 'अहो रूपम् अहो ध्वनिम्' असं गुडीगुडी बोलण्यातच धन्य मानतो आहोत.

शिवसेनाकार बाळासाहेब ठाकरे गेली पन्नास एक वर्षं तरी अशा गुडीगुडी वक्तव्यापासून कटाक्षानं दूर राहिलेले एकमेव भारतीय आहेत. त्यांची जातकुळी असलीच तर (घनघोर पारतंत्र्यातही) 'स्वराज्य हा माझा जन्मसिद्ध हक्क आहे आणि तो मी मिळवीनच' असं न्यायालयात छातीठोकपणे ठणकावून सांगणाऱ्या लो. टिळकांची आहे. ही जातकुळी असलीच तर कर्मकांडी रत्नागिरी शहरातही सर्व जाती-जमातींच्या भारतीयांसाठी मंदिरात कसलीही मूर्ती नसलेल्या भारतातील पहिल्याच 'पतित पावन मंदिराची' स्थापना करणाऱ्या स्वा. सावरकरांची आहे. आग्र्याहून राजगडला सहीसलामत आल्यानंतर पुढे कितीतरी वर्षांनी राज्याभिषेकाच्या वेळी सेवक मदारी मेहतरला आपल्या सिंहासनावर दरबारानंतर चादर ओढण्याचा मान स्मरणपूर्वक देणाऱ्या छ. शिवरायांची आहे.

गेल्या दशकात राजकारणानं भल्याभल्यांना कसलाही अंदाज लावता येऊ नये अशी कात टाकली आहे. गेल्या एक-दोन वर्षांत तर राजकारणाच्या सरड्यानं क्षणाक्षणाला रंग बदलले आहेत. हे रंगही इतके की, त्यांची मूळ संख्या सात ही केव्हाच मागे पडून एकात मिसळलेली दुसरी छटा, दुसरीतून वेगळ्याच चार छटा अशा रंगच्छटाच छटा राजकारणानं जगभर उधळल्या आहेत. या पार्श्वभूमीवर बाळासाहेबांचं किमान दोन जीवनमूल्यांवरचं पारदर्शकत्व कुणीही आणि केव्हाही पारखून घ्यावं असंच आहे. त्यांतील पहिली गोष्ट आहे त्यांची पितृनिष्ठा आणि दुसरी गोष्ट आहे त्यांची हिंदुत्वनिष्ठा.

१९६७ सालापासून मी दूरस्थ राहून बारकाव्यानं त्यांची पितृनिष्ठा सावधपणे पारखलेली आहे. १९६७ साली 'मृत्युंजय'च्या निर्माणासाठी मी कोल्हापूर ते कुरूक्षेत्र असा शेकडो मैलांचा प्रवास केला. या प्रवासात मुंबईला प्रबोधनकारांना भेटण्यासाठी आवर्जून 'मातोश्री'वर गेलो होतो. त्या वेळी बाळासाहेबांनी शिवसेनेची नुकतीच स्थापना केली होती. मी गेलो तेव्हा दादा एका प्रशस्त कोचावर बैठकीच्या दालनात बसले होते. त्यांनी अंगावर एक पांढरा शुभ्र बनियन व पांढरी स्वच्छ अर्धी चड्डी धारण केली होती. मी दिल्ली पार करून कुरूक्षेत्रावर जाणार, दिल्लीत माझी कुणाशीच

ओळख नाही, आशीर्वाद द्यावेत, अशी दादांसमोर माझी बाजू मांडली. त्यांनी माझी मी 'कोल्हापूरचा' म्हणून (स्वत: ते राजर्षींच्या काळात कोल्हापुरात राहिले असल्यामुळं) अत्यंत आस्थेनं चौकशी केली. मग आतल्या दालनाकडं वळून त्यांनी हलकेच हाक मारली 'बाऽऽ ळऽऽ'!

आतल्या दालनातून साधा पायजमा घातलेली, हाफ शर्टवाली, शिडशिडीत, डोळ्यांवर चश्मा असलेली, हातात लांबट ब्रश घेतलेली पोरसवदा व्यक्ती 'जी दादाऽ' म्हणत बाहेर आली. हे मी ३४ वर्षांपूर्वी पहिल्यानं पाहिलेले बाळासाहेब!

दादांनी त्यांना तेव्हा दिल्लीत असलेल्या श्री. भालचंद्र केळकर या महाराष्ट्र मंडळाच्या कर्तबगार गृहस्थांना माझ्या संदर्भात पत्र द्यायला सांगितलं.

'जी देतो' एवढंच बोलून बाळासाहेब आत गेले. काही वेळानं त्यांनी एक लखोटा माझ्या हातात दिला. मी तो व आणखीही काही नामवंतांची पत्रं घेऊन दिल्लीला गेलो. दैववशात् त्या वेळी दिल्लीत भालचंद्र केळकर यांची भेट झाली नाही. आजही ते पत्र माझ्या संग्रही तसंच आहे.

या प्रसंगानंतर प्रबोधनकारांना प्रत्यक्ष बघण्याचा, ऐकण्याचा योग कधीच आला नाही. मात्र बाळासाहेबांच्या तोंडून आपल्या तर्कनिष्ठ पित्याच्या सार्थ अभिमानाचे ठोस बोल अनेक वेळा ऐकायला मिळाले. ते जेव्हा एखादं विधान ठासून, ऐकणाऱ्यांच्या मनावर बिंबविण्यासाठी म्हणतात, 'माझ्या ठाकरी भाषेत मी हे असंच बोलणार', तेव्हा मला तो 'ठाकरी' हा शब्द प्रबोधनकारांच्या तोंडूनच फुटल्यासारखा वाटतो.

हिंदू आणि हिंदुत्व हे दोन शब्द मी मी म्हणवणाऱ्या अनेक हिंदूंचीच दमछाक करणारे आहेत. मध्यंतरी 'हिंदू' हा शब्द प्रथम केव्हा प्रचारात आला,हिंदूधर्माचा नेमका 'संस्थापक' कोण अशा कळीच्या मुद्द्यांना धरून खूप काही भवती न भवती झाली आहे. अनेक विचारवंतांना हिंदू धर्माचा नेमका संस्थापक कोण हे सांगता आलेलं नाही. या पार्श्वभूमीवर 'हिंदू ही एक अनेक विचारांना मानणारी जगण्याची प्रणाली आहे' या स्वा. विवेकानंदांच्या पटणाऱ्या व्याख्येपर्यंत अनेकांना यावं लागलेलं आहे.

उलटसुलट आणि विचारात व गोंधळात टाकणाऱ्या अनेक प्रकारच्या

शब्दजंजाळातून बाळासाहेबांनी प्रथम मराठी माणसाला आणि नंतर सर्व भारत देशाला पटेल अशी हिंदुत्वाची सुटसुटीत व्याख्या सांगितली. ती अनेकांना पटली. विशेषत: तरुणांना पटली. तिचा मूळ गाभा आहे- काश्मीरपासून कन्याकुमारीपर्यंत पसरलेल्या भारत या भूमीतील तिच्यातील अन्न पाणी सेवन करणाऱ्या स्त्री-पुरुष नागरिकांनी तिच्याशी एकनिष्ठ राहिलं पाहिजे. मग ते धर्मानं हिंदू, मुस्लिम, शीख, इसायी कोणीही असोत. ज्यांना या भूमीशी एकनिष्ठा ठेवायची नसेल त्यांनी त्यांना सादवत असेल त्या भूमीकडे जायला हरकत नाही. इथल्या नागरिक स्त्री-पुरुषांनी, इथल्या परंपरेतून उभरून आलेल्या राष्ट्रगीताचा व राष्ट्रध्वजाचा सार्थ अभिमान ठेवलाच पाहिजे. इथं राहून, इथलं खाऊन परदेशाचं गुणगान, परदेशाचा अभिमान हे बाळासाहेबांना मान्य नाही.

कुठल्याही देशातील तर्कबुद्धी शाबूत असलेल्या कुठल्याही स्त्री-पुरुषांना यात गैर वाटण्याचं व दिसण्याचं खरं तर काहीच कारण नाही. २१ व्या शतकात तर ११ सप्टेंबर २००१ रोजी अमेरिकेच्या जागतिक केंद्रावर झालेला हल्ला व नुकताच १३ डिसेंबर २००१ रोजी भारताच्या संसदेवर झालेला हल्ला यांनी बाळासाहेब ठाकरे यांच्या गेल्या ५० वर्षांतील 'जागल्याच्या' भूमिकेला सुस्पष्टपणे अधोरेखित केलं आहे.

निर्लेप निरपेक्ष बुद्धीनं बघणाऱ्याच्या पटकन व स्पष्ट ध्यानात येईल की, बाळासाहेब ठाकरे हा भारतीय राजकारणातील 'सेफ्टी व्हॉल्व्ह' आहे.

या सेफ्टी व्हॉल्व्हला या अमृतमहोत्सवी जीवनवळणावर निरामय आरोग्याच्या, मानसिक स्वास्थ्याच्या व उर्वरित आयुष्यासाठी उदंड व आठही हातांनी भरल्या भंडाऱ्यासारख्या शुभाशीर्वादाच्या शुभेच्छा द्याव्यात, असे त्या महाराष्ट्राच्या कुलस्वामिनी तुळजाभवानीलाच मन:पूर्वक साकडे!

इति शुभं भवतु!!

‘माणदेशी’च नव्हे– तमाम ‘मराठमोळी’ माणसं पोरकी झाली

साहित्य जसा निर्भेळ आनंद देतं- तसंच ते का आणि कसं जगावं, कशासाठी जगावं याची मूळ व अनमोल जाणही देतं. मराठीला याचं भरभरून दान दोन भावांनी दिलं. दोघंही पूर्वीच्या सातारा आणि आताच्या सांगली जिल्ह्यातले. दोघंही ‘माणगंगा’ नदीकाठचे. पावसाळा, उन्हाळा कोरडी ठणठणीत राहण्याचा वसा घेतलेल्या या नदीला ‘माणगंगा’ नाव देणारा खरा कल्पक. अगदी वाल्मीकी, व्यासांएवढा. कारण या पाणीहीन नदीकाठी ज्या दोन भावंडांनी लेखणीचा ‘घाम’ गाळून जी ‘शब्दगंगा’ फुलवली तिला तोड नाही. थोरल्याला उभा मराठमोळा माणूस ‘अण्णा’ म्हणून जाणतो, धाकट्याला ‘तात्या’ म्हणून. थोरला ग. दि.— गजानन दिगंबर, धाकला व्यं. दि.— व्यंकटेश दिगंबर. माणगंगेकाठच्या दिगंबर कुलकर्ण्यांची लेकरं. दिगंबरपंत कुलकर्ण्यांकडं ‘माडगुळे’ या गावठाणाचं कुलकर्णीपण होतं. पिढीजात चालत आलेलं. ‘माडगुळ’ या नावाचं गाव जगाच्या पाठीवर कुठंतरी आहे हे, हे दोन भाऊ या गावात जन्मलेच नसते तर जगाला कधीच कळलं नसतं. कुलकर्ण्यांचं ज्या क्षणी ज्या कुणा पूर्वजानं ‘माडगूळकर’ केलं त्यानं त्या क्षणीच नकळत त्या गावाचा उद्धारही करून टाकला. माडगूळकरांचं-माडगुळे.

अण्णा १९७७ साली चोवीस वर्षांपूर्वी आपल्या मातुश्रींच्या नावानं 'जन्मदिन पुरस्कार' समारंभातून आले तसे गेले. उभ्या महाराष्ट्राला कसलाच आसभास नसताना हा आधुनिक वाल्मीकी गेला. कालच्या २८ ऑगस्टला भाद्रपदाच्या शुद्ध दशमीला आता 'तात्या' पहाटे-पहाटे गेले. अगदी झुंजुरका गेले. त्यांच्या प्रत्येक शब्दावर तुटून 'मया' करणाऱ्या तमाम मराठमोळ्या बाया-बापड्यांना मनाच्या देठापासून पार झांजटून टाकत गेले.

ही कडुजार बातमी ऐकताच, एरंडवण्याच्या तात्यांच्या 'अक्षर' या बसकणीवर गेलो. जिंदगीत पहिल्यांदा. अण्णा चारी ठाव मनमुराद गप्पाटप्पांचे अनभिषिक्त राजे असत. आपला गुब्बार डब्बल जबडा खालवर झुलवत रंगले की म्हणत, "आमचा तात्या म्हणजे अगदी ठाऽर लोण्यातला पावटा! तसा सहजासहजी कुणाच्या हाताला नाही गवसायचा!"

नुकताच हा सुळसुळीत 'शिकारी' त्या एकट्याच अपराजित अनाकलनीय शिकाऱ्याच्या हाताला लागलाय ज्याचं वर्णन तज्ज्ञ, दर्शनिक व योगी 'काळ' असं करतात. वडीलधारेपणाच्या सार्थ अधिकारानं अण्णा याला 'पावटा' म्हणू धजले. (ते त्यांनाच शक्य होतं.) मात्र आपल्या खास माणदेशी शब्दावळींची गेली पन्नास-एक वर्षं जी विविधरंगी साहित्यरांगोळी रेखून आपल्या नाममुद्रेचा खास मायदेशी 'बावटा' इये मराठीचिये नगरीत तात्यानं रोवलाय तो 'रामबाणासारखा' पक्का आहे. जाम आहे. मी मी म्हणणाऱ्याला तो बावटा रेसभरही हलविता येणार नाही.

याला लिखाण म्हणजे 'साहित्य' म्हणावं. सातशे वर्षांपूर्वी आपेगावच्या ज्ञानोबा कुलकर्ण्यांनी लिहिलं अगदी त्याच वाणाचं माडगुळ्याच्या या 'यंकोबा' कुलकर्ण्यांनी लिहिलं. ज्ञानेश्वरी आजही शिळी होऊ शकत नाही, उद्याही होणार नाही. तात्यांची 'माणदेशी माणसं', 'बनगरवाडी' तशीच.

मी अण्णांच्या संगतीत सुदैवानं अधिक आलो. तात्यांच्या जवळ जवळ नाहीच. अण्णा वरच्या मापानं 'माणूस लोभी', तात्या आतल्या अंगानं विचारलोभी, मूक, चिंतनशील. (त्यामुळं कैकांचा अपसमजही झालेला की तात्या माणूसघाण्या, शिष्ट असावा. पण तसं कणभरही नव्हतं.)

या दोघा भावंडांना बघताना— त्यांनाच कातर कुण्याही माडगूळकराला बघताना मला हटकून अण्णांच्या आईची— जन्मदेची आठवण होते. फाऽर हरहुन्नरी, खास देशस्थी स्त्रीवाण होता म्हातारीचा. खास मऱ्हाटमोळं, भोगलेल्या फुफाट्यामुळं, दूरदृष्टीचं ठणठणीत सातारी ढंगाचं बोलणं. गाठीशी लहाने चार भाऊ आणि दोन बहिणी असलेल्या अण्णांचं आईशी बोलणं या दोन्ही भावांचं साहित्य समूळ जाणण्यासाठी ऐकण्याचा एक अविस्मरणीय अनुभव होता. तात्यांच्या 'करुणाष्टकात' जन्मदेचं हे रुपडं पुऱ्या मात्रेनं उतरलेलं दिसेल. अण्णांच्या अनेक गाजलेल्या मराठी चित्रपटगीतांत याचा जवळच्याला सहज पडताळा येईल. 'करुणाष्टके' वाचल्यावर मी कधी नव्हे तो तात्यांना फोनही केला होता.

'माणदेशी' माणसातील मुलाण्याचा बकस आणि खाला वाचकाला महाराष्ट्रातच नव्हे तर या देशात कुठल्याही गावठाणात कधीही भेटू शकतात. 'माणदेशी माणसातील' जालंदर उर्फ झेल्या आजही माझ्या मनातून हलता हलत नाही. बदली झाल्यामुळं माडगूळकर मास्तर (गुरुजी नव्हे) गाव सोडून जायला निघाला. झेल्या मास्तरला निरोप द्यायला वेशीपर्यंत आला. आता यंकाप मास्तराचे शब्दच सरले. हा माणदेशी मास्तर— लेखक— त्याहून अधिक माणदेशी माणूस— पुढं लिहूच शकला नाही. तात्यांनी लिहिलंय- 'पिंपरीच्या झाडाखाली मी आणि झेल्या गळ्यात गळा घालून रड रड रडलो!'

मानवतेच्या अमृतरसात असे शब्द चिंब न्हाऊन निघतात तेव्हा त्यांचं आपोआप सार्वत्रिकरण होतं. ते मरूच शकत नाहीत. अण्णा आणि तात्या या दोघाही माणदेशी भावंडांच्या साहित्यात ही बावन्नकशी 'शब्दगंगा' वाहताना दिसेल. त्या शब्दगंगेचा उगम आहे अस्सल मानवतेत— सहजसुंदर माणुसकीत. या अभिजात मानवतेचे मऱ्हाटमोळ्या पारदर्शी माणुसकीचे संस्कार बालपणापासून सुदैवानं या भावंडांना लाभले.

अण्णा, तात्या आणि त्यांची (एकही शब्द न लिहू शकलेली) आई हे एक अभिन्न त्रिकूट होतं. बघण्याची कुवत असणाऱ्यालाच ते दिसेल. दोघंही भाऊ सच्च्या अर्थानं 'मातृभक्त' होते. दोघंही ४२ च्या 'चलेजाव क्रांतीमुळं' देशभक्तीच्या चळवळीकडं आपोआपच ओढले गेले होते. दोघांनीही खडतर जीवनभोग भोगले. वडीलधारा असल्यामुळं अण्णांनी अधिक भोगले. त्याची जाण व्यंकटेशपासून धाकल्या अंबादास उर्फ

बड्या (बंड्या नव्हे) पर्यंत सर्वांनाच चांगली होती. भल्या भल्या प्रकाशकांना, चित्रपट निर्मात्यांना, प्रसंगी मित्रांनासुद्धा सुनावणारे व्यंकटेश उर्फ तात्या, वडीलबंधू अण्णांसमोर शाळकरी पोरासारखं म्याव होऊन चिडीचाप बसलेले मी समक्ष पाहिले आहेत. तोही एक अविस्मरणीय जीवनानुभवच होता. अण्णांच्या रागावण्याला प्रसंगी धपाटा घालणाऱ्या जन्मदात्या माऊलीचीच झाक होती आणि तात्यांच्या खाली मान घालून मुकाट ऐकण्याला अण्णा नाही, आईच बोलतेय ही जी संस्कारशील झाक होती ती बघताना दोघंही एकाच नाण्याच्या दोन बाजू वाटाव्यातशा नाही तर काय? महाराष्ट्रात आजही अनेक ठिकाणी एकत्र कुटुंब सुखनैव नांदताहेत. मात्र असं दृश्य केवळ दुर्मीळ.

अण्णा-तात्यांच्या लिखावटीनं महाराष्ट्राच्या तीन पिढ्यांना भरभरून दिलं. प्रत्येक लिखाणाचं माप महाराष्ट्राच्या परंपरासंपन्न पदरात घालताना दोघांनाही आपल्या आईची नक्कीच आठवण होत असावी. अशी आईच्या पान्ह्याला प्रामाणिक असलेली शिंगरं फार कमी. थकून भागून, घामानं चिकचिकलेल्या अंगाच्या अण्णांनी स्वरात असं नुसतं पुटपुटलं की, "वाऽर शिणलं तट्टू- मरतंय जणू आता!" की ते ओठातल्या ओठांतील अण्णांचे शब्द माऊलीच्या हरिणकानांना स्पष्ट ऐकू जायचे. ती तिथंच सुनवायची "मरायला काय झालं? अंघोळ करून- दोन ताजं घास खाऊन-निवांत लवंडावं मराठीच्या वाल्मीकीनं सांजेपतर!" ते ऐकताना अण्णांच्या ठायी सदैव सुप्त मनी झोपलेलं एक 'खट्याळ माणदेशी बालक' जागं होई. आपला डब्बल जबडा फुलवून तोंडभर हसत अण्णा पटवून म्हणत, "ते बी खरंच. आत्ता काय हायकोडताची परमानकी घावली. देतो ताणून साजपतूर." आईशी या ढंगात बोलणारे अण्णा आपल्या धाकट्या भावंडांशी मात्र असं कधीच बोलले नाहीत. व्यंकटेश आणि अण्णा यांच्यातील व्यंकटेशांनी जपलेली भावआदब खास देशस्थी होती. विशेषतः अण्णा, व्यंकटेश, द. मा., शंकर पाटील यांच्या कथाकथनाच्या महाराष्ट्रभर झालेल्या दौऱ्यात याचा प्रत्यय येईल. एरव्ही व्यंकटेशही चतुर, खट्याळ बोलत. पण अण्णांसमोर अगदी चिडीचाप असत. जेवढ्यास तेवढं बोलत. व्यंकटेश, द. मा., शंकर पाटील यांना सिगरेटी फुंकायला मिळाव्यात म्हणून भरल्या बैठकीतून अण्णाच उठून बाहेर जात. थोरल्यानं धाकल्यांना मनाजोगं वागायला मोकळं

सोडणारं असं मूक मोठेपण अण्णांकडे होतं. तेही खास देशस्थी ढंगाचंच.

मराठी साहित्याची समीक्षा अद्याप रांगेतच आहे. तिनं नवसाहित्याची ढीगभर समीक्षा केली. त्यात तात्यांबरोबर तीन शिलेदारही आहेत. तात्यांच्या साहित्याची चौफेर समीक्षा व तीही सर्वांगांनी झाली आहे. आज तात्या नाहीत. यासाठीच हे स्पष्टपणे लिहितो आहे की, तात्यांचं एक लेखक व माणूस म्हणून सर्वांत मोठं थोरपण एकाही विचक्षणानं अधोरेखित करून कुठंही नोंदविलेलं नाही. 'नवसाहित्याची पायवाट मळविणारा मी एक लेखक आहे' असं तात्यांनी आपल्या आयुष्यात कुठल्याही भाषणात कधी चुकूनही म्हटलेलं नाही! कुठल्याही लेखात असा उल्लेख कधीही केलेला नाही. त्यांच्या सर्व समीक्षकांनी व वाचकांनी स्मृतीला ताण देऊन याचा पडताळा बघावा.

हा तात्यांवरील व्यक्तिरेखांकनाचा लेख नाही. हा फक्त स्मरणांजलीचा लेख आहे. यासाठीच लेखाचं शीर्षकही जाणीवपूर्वक दिलं आहे. ७७ ला अण्णा गेले. परवा तात्या गेले. दोघांच्याही जाण्यानं केवळ माणदेशी माणसंच नव्हे तर तमाम मराठमोळी माणसंही पोरकी झाली आहेत. साहित्याच्या आघाडीवर कसलाही कद्रूपणा मनाकडं फिरकू न देणाऱ्याला हे नक्कीच पटेल.

सर्व कर्तव्य पार पाडलेला, 'गीतरामायण' या अक्षय्य रचनेनं कृतार्थ झालेला अण्णांचा आत्मा निरामय शांततेत स्थिरावलेला आहे. तशीच सर्व कौटुंबिक कर्तव्यं पार पाडून मराठी मुलुखातील सरड्या-सापापासून निरगुडी-एरंडासारख्या झुडपांनाही अमर केलेल्या 'माणदेशी माणसं', 'बनगरवाडी' अशा अक्षर रचनांना जन्म दिलेल्या तात्यांचा आत्माही निरामय शांततेतच विसावेल. महाराष्ट्राची बीजस्वामिनी तुळजाभवानी झाली तरी त्याला शांततेशिवाय दुसरं काय देणार? सर्व प्रकारची पारितोषिकं पूर्वीच पटकावलेल्या तात्यांच्या परडीत एवढा चिमुटभर तरी कृपेचा भंडारा घालण्याचं भाग्य ती कशी टाळेल? तिलाच तो कधीतरी लाभणारा दुर्मीळ पुरस्कार वाटणार नाही काय? तसेच घडो. बंधुवर्य तात्या चिरशांत होवोत!

इति शुभं भवतु!!

◆

'लोक'शाहीतील लोकमान्य 'राज'माता!

१९५० साली जेव्हा या लोकशाहीप्रणीत देशाची राज्यघटना संसदमान्य झाली तेव्हापासून खरं तर राजे, महाराजे, राजमाता या सर्व संकल्पना इतिहासजमा झाल्या. जगाच्या पाठीवर आजही फक्त इंग्लंडच्या राणीलाच काय ती सर्वसंमत मान्यता दिसते.

हे सत्य असलं तरी आपल्या भारतात, या महाराष्ट्र देशात एक 'राजस' व्यक्तिमत्त्व आहे, की ते महाराष्ट्रातच नव्हे तर सर्वदूर मनामनांच्या तळवटातून मन:पूर्वक आजही आदरपूर्वक 'राजमाता' या बिरुदाला अलिखित तत्त्वार्थानं पात्र ठरलेलं आहे. त्या आहेत साताऱ्याच्या आदरणीय पू. राजमाता सुमित्राराजे भोसले!

आजही त्या राजमाताच आहेत. त्याचं प्रमुख कारण आहे त्यांचं राजस, पैलूदार मन! त्यांना बघताच पटकन मनी विचार तरळून जातो की, छत्रपती शिवरायांच्या मातुश्री जिजामासाहेब अशा कशा दिसत, वागत असतील त्या अशाच!

'सातारा' हे शहर प्राचीन काळापासून सात आऱ्यांच्या मेखलेचं म्हणजे सात डोंगररांगांच्या भूमातेच्या कमरपट्ट्यात वसलेल्या अटकर वस्तीचं निर्देशन करतं. प्राचीन काळी अनेक ध्यानलोभी, विवेकसंपन्न, ज्ञानवंत ऋषीवरांच्या गुंफा या सात आऱ्यांत होत्या. या जिल्ह्यातील कृष्णा-कोयना नद्यांच्या संगमावरील कराड ऋग्वेदकालापासून 'करहाटक' क्षेत्र म्हणून प्रसिद्ध होतं.

छत्रपती शंभुराजेपुत्र छ. शाहू व त्यांच्या मातुश्री महाराणी येसूबाईसाहेब यांनी साताऱ्याला मराठी दौलतीच्या राजधानीच्या मानाचं पान दिलं. सातारा तेव्हापासून सतत गाजत आलेलं आहे.

मराठी दौलतीच्या छ. संभाजी महाराज, छ. राजाराम महाराज यांच्या मृत्यूनंतर पडझडीच्या काळात प्रत्यक्ष औरंगजेबानं इथल्या अजिंक्यतारा किल्ल्याला चिवट वेढा घातला होता. ह्या काळात त्याच्या सैनिकांच्या हेळसांडीमुळं त्याच्या प्रचंड बारुदखान्याचा विस्फोटक भडका उडून त्यामुळं कोसळलेल्या तटाखाली त्याचेच हजारो सैनिक चिरडून दगावले होते.

या आक्रमणात 'अजिंक्यतारा' शेवटी पडला. नेहमीच्या पद्धतीप्रमाणं जेत्यांची सांस्कृतिक पाळंमुळं उखडून काढणाऱ्या कडव्या औरंगजेबानं या किल्ल्याचं नाव 'अजिमतारा' असं घोषित केलं. त्याचा तसा उल्लेख त्याच्या कागदपत्रात सापडतो. पण त्याचा हा हट्ट इथल्या चिवट रयतेनं चालू दिला नाही. आजही हा किल्ला 'अजिंक्यतारा' म्हणून वाकुल्या दाखवत खडा आहे.

ऐन पारतंत्र्याच्या काळात पहिले प्रतापसिंह महाराज असताना त्यांची बाजू लंडन दरबारात इंग्लिशमधून मांडणाऱ्या स्वामिभक्त रंगो बापूजीपासून एक थोर ज्ञानवंतांची परंपरा साताऱ्याला लाभली आहे. श्रीक्षेत्र माहुलीच्या न्यायकठोर रामशास्त्री प्रभुणे यांच्यापासून ती दृढमूल झालेली आहे.

ब्रिटिशांच्या दमनसत्राला ठोस प्रत्युत्तर देणारा जिल्हा म्हणून लंडन दरबारात साताऱ्याचं नाव क्रांतिसिंह नाना पाटील यांच्या प्रतिसरकारनं केव्हाच पोचविलं होतं.

'लढाऊ बाणा' ही साताऱ्याची तऱ्हा आहे. क्रां. नाना पाटील यांच्या नेतृत्वाखाली (स्व.) यशवंतराव चव्हाण, वसंतदादा पाटील, जी. डी. लाड, नागनाथ नायकवाडी अशी पहाडदिलाची माणसं ४२ च्या चळवळीत एकवटली होती. त्यांनी उभ्या देशाला काही काळ प्रेरणाद्रव पोचवलं होतं.

मराठीतील सशक्त साहित्याची परंपरा तर सज्जनगडावर वास्तव्य करणाऱ्या समर्थ रामदासांपासूनची आहे. यात बा. सी. मर्ढेकर, आचार्य जावडेकर, पंडित आळतेकर अशा दिग्गजांची नावं आढळतील.

आज तर सातारा म्हटलं की, रयत शिक्षण संस्थेचा ज्ञानवट चौफेर पोचविलेल्या कर्मवीर भाऊराव पाटील अण्णा यांचं नाव जसं डोळ्यासमोर येतं, तसंच ते राजमाता सुमित्राराजे भोसले यांचं सातारा म्हणूनही सामोर येतं.

काय असावं या नामयोगाचं नेमकं कारण? प्रमुख कारण हे आहे की, साताऱ्याची राजकीय, साहित्यिक, सामाजिक, शैक्षणिक, सांस्कृतिक इ. रोजच्या जीवनातील जी जीवनदायी बलस्थानं आहेत, त्याची सुरेख जाणीव राजमातांना आहे. तसाच अभिमानही आहे. लहानथोर स्त्री-पुरुषांच्या जीवनाची वाढ व विकास हीच लोकशाहीची घोषणा असेल, तर तशी घोषणा चुकूनही न करता मूकपणे तसं कार्य करणाऱ्या राजमातांच्या जीवनसृष्टीत त्यांच्या जनप्रियतेची कारणं दिसतील.

त्यांच्या सत्त्वशील, जीवनदायी संस्कारातूनच अभयसिंहराजे व शिवाजीराजे तयार झालेत. त्यांनी कोठेही, कधीही आणि कसलाही 'राजटेंभा' मिरवलेला नाही.

राजमाता माहेरच्या धारच्या. पवार घराण्यातील. मात्र जशा त्या साताऱ्याच्या अदालतवाड्यात आल्या, तशा त्या केवळ साताऱ्याच्याच नव्हे तर अखिल महाराष्ट्राच्याच झाल्या. त्यांचा वाचनाचा आवाका मोठा असून तो विविध सकस विषयांचा आहे. त्या उत्तम इंग्लिश बोलतात. जाणतात. त्यांचा संगीतातील कान चांगला तयार आहे.

मुख्य म्हणजे प्रारंभी ज्यांचा उल्लेख केला ते त्यांचं राजस मन. ती दुर्मीळ देणगी केवळ जगदंबेनंच त्यांना जन्मजात बहाल केलेली आहे. त्या राजस मनाला मराठी मनाचं व माणसांचं या विराट आभाळाखाली या दुर्दम्य स्पर्धेच्या युगात जीवघेण्या आव्हानांच्या काळात सदैव कल्याण व्हावं ही निरपेक्ष व बावनकशी आच आहे. ज्यांना ती आपोआप जाणवते ते आपोआप त्यांच्यासमोर आदरभावानं नत होतात.

'इतिहास' ही केवळ प्रेम करायची, त्याचा कोरडा अभिमान बाळगायची बाब नाही. जीवनगंगेच्या विराट यात्रेतील हित-अहित, बरं-वाईट यांची अचूक काटेतोल दृष्टी देणारं ते एक अनमोल सत्य आहे.

सातारास्थित पू. राजमाता सुमित्राराजे भोसले यांना या सत्याचं सुरेख भान आहे. नुकतीच त्यांनी जीवनगंगेची 'अमृतमहोत्सवी' सत्त्वरेखा सगौरव पार केली आहे.

त्यांना निरामय आरोग्याचं उदंड उर्वरित आयुष्य लाभो अशी महाराष्ट्रकुलभूषण, मातांची माता तुळजाभवानीला नम्र प्रार्थना.

लोकशाही स्वातंत्र्याचा सुवर्णमहोत्सवी मुहूर्त साधून जीवितयात्रेचा अमृतमहोत्सव संपन्न करणाऱ्या 'राजस' मनाच्या राजमाता यासाठी लोकशाहीत जनप्रिय झाल्या आहेत.

इति शुभं भवतु!

◆

शिवराज्याभिषेक आणि एक कठोर वास्तव!

दि. ६ जून १६७४ रोजी शनिवारी पहाटे पाच वाजता छत्रपती शिवरायांना किल्ले रायगडावर हजारोंच्या उपस्थितीत, वाद्यांच्या गजरात भारताच्या इतिहासातील शिवकर असा राज्याभिषेक झाला. ती शालिवाहन शक १५९३ मधल्या ज्येष्ठ महिन्याची शुद्ध त्रयोदशी होती.

श्री क्षेत्र काशी या प्राचीन धर्मपीठाचे सर्वाधिकारी वेदशास्त्रसंपन्न, पंडित गागाभट्ट आपल्या निवडक शिष्यगणांसह नासिकमार्गे त्यासाठी कितीतरी दिवस अगोदरच मराठी मुलखात किल्ले रायगडावर आले होते.

विजयानगर या दक्षिणेतील वैभवसंपन्न राज्याच्या पतनानंतर भारतीयांना लाभणारं हे अभय देणारं राज्यछत्र होतं. साहजिकच या लक्षणीय राजसोहळ्याची निमंत्रणं शिवरायांच्या मावळ्यांनी सर्वदूर व वेळीच पोहोचविली होती. त्यामुळं गोव्याच्या फिरंगी दरबारापासून सुरतेच्या इंग्रजांकडून नजराणे घेऊन ६ जून १६७४ ला रायगडवर अनेक नामवंत एकवटले होते.

छत्रपती शिवरायांच्या या राज्याभिषेकाचं तपशीलवार वर्णन अनेक संदर्भ ग्रंथांतून उपलब्ध आहे. एकाच लक्षणीय संदर्भावरून या ऐतिहासिक महत्त्वाच्या सुवर्णी-क्षणाची भव्यता जाणत्याच्या पटकन लक्षात येईल. शिवरायांच्या पदरी असलेल्या हिरोजी इंदलकर या खोदकामातील व ओतकामातील निष्णात कारागिराला राजांचं हे सुवर्णी सिंहासन सिद्ध

करायला कैक महिने लागले होते. रायगडावरील शिवरायांच्या या अष्टखांबी, नकसकामश्रीमंत सुवर्णी सिंहासनाचं वजनच होतं बत्तीस मण!

छत्रपती शिवरायांचं संपूर्ण जीवनचरित्र सावध सूक्ष्मपणानं अभ्यासणाऱ्या अभ्यासकाच्याच ध्यानी येईल की, संपूर्ण शिवचरित्र हा एक थरारक उनपावसाचा, सुखदुःखाचा अजब खेळ आहे. शिवचरित्रात एखादी लक्षणीय आनंददायक घटना घडते व पाठोपाठ, तिचा पायठसा पकडतच जशी काही दुःखद घटना दत्त म्हणून शिवरायांसमोर उभी ठाकते. ललितलेखकाला महत्त्वाचं काय असतं तर मानवी मन आकलून घेण्याचं. असं आकळलेलं मानवी मनाचं सत्य त्याला तर्ककठोर बुद्धीच्या कसोटीदगडावर प्रथम घासूनपुसून ते 'सत्यच' आहे काय हे नीट पारखून घ्यावं लागतं. असं पारखून पत्करलेलं सत्य मग चपखल भाषाशैलीत त्याला वाचकाच्या अंतरंगापर्यंत पोचवावं लागतं. असं ते पोचलं की तो लेखक वाचकमान्य होतो. अभिजात कलावंत म्हणून स्वीकारला जातो.

या सूत्रानं शिवराज्याभिषेक हे शिवचरित्रातील सर्वांत महत्त्वाचं उपाख्यान सावध हुशारीनं नीट आकलून घेण्यासाठी अत्यंत आव्हानाचं आहे.

हा राज्यभिषेक ही शतकातून एकदा घडणारी दुर्मीळ घटना असल्यामुळं ती समजून घेणारा अभ्यासक नकळतच तिच्यातील वैभवी तपशिलांसह फरफटत जातो. तो कल्पनेच्या चक्षूंनी ते पूर्वाभिमुख बत्तीसमणी सुवर्णी सिंहासन बघू शकतो, इंग्रजांचा ऑक्झेंडन हा इंग्रजी पेहरावातील, पीसधारी गोल टोपी काढून शिवरायांना कमरेत झुकून आपल्या कंपनी सरकारचा नजराणा पेश करताना पाहू शकतो, भरजरी शाल लपेटलेले गागाभट्ट शिवरायांच्या केशमुक्त मस्तकावर सुवर्णमुद्रांचं स्नान घालताना बघू शकतो. अष्ट सुवर्णी खांबाजवळ अदब धरून असलेले राजांच्या अष्टप्रधान मंडळातील इमानदार मानकरी तो पाहू शकतो. सभागारात जमलेल्या स्त्री/पुरुषांचे उल्हसित चेहरे तो कल्पनेनं बघू शकतो.

मात्र एक कठोर वास्तव बघायला फक्त एका लेखकाचीच दृष्टी असावी लागते. त्या दिवशी झाडून सारे स्त्री-पुरुष शिवरायांना सिंहासनावर बसलेलं डोळाभर बघण्यासाठी दरबारात लोटले होते.

फक्त एकमेव एकच व्यक्ती हा दुर्लभ सोहळा, मनी तीव्र इच्छा असूनही तसं म्हटलं तर शिवरायांच्या राज्याचे सर्वाधिकार ज्यांना या निधीमुळेच प्राप्त होत होते त्या 'राजमाता' जिजाऊसाहेब! त्या शिवरायांना सिंहासनावर बसलेलं का बघू शकत नव्हत्या? कारण त्या दरबारातच येऊ शकत नव्हत्या! का? तर त्या 'विधवा' होत्या! राजमाता असल्या तरी वैधव्यग्रस्त होत्या. शिवरायांची मुंज झाली नव्हती. ती करण्यात आली. पुन्हा विवाहही लावण्यात आला. पण जिजाऊंच्या या जीवघेण्या कुचंबणेवर धर्मशास्त्रात कसलीही तोड नव्हती.

केवढी कठोर आणि ज्याला इंग्रजीत Ironical म्हणतात ती घोर विटंबना आहे ही!

आपणाला घडविणाऱ्या, आपलं दुखलं-खुपलं बघणाऱ्या माँसाहेब आपण शास्त्रशुद्ध राजे झालो हे बघू शकत नाहीत हे कठोर वास्तव स्वीकारताना छत्रपती शिवरायांना काय वाटलं असेल? आणि प्रत्यक्ष माँसाहेबांना काय वाटलं असेल?

केवळ आणि केवळ विचार करून बघण्यासारखं आहे.

ऐतिहासिक संदर्भ सांगतात की, शिवरायांच्या राज्यभिषेकानंतर सातव्याच दिवशी दि. १३ जून १६७४ रोजी बुधवारी मध्यरात्री जिजाऊसाहेब पाचाडात इहलोक सोडून गेल्या.

तो तीनशे वर्षांपूर्वीचा रायगडच्या पायथ्याच्या पाचाडातील बुधवार होता.

शिवरायांचा वैभवसूर्य ऐन शिखरावर आला तो राज्याभिषेकानं. त्याचा पायठसा पकडून त्यांच्या जीवनातील अत्यंत कटू दिवस उजाडला तो १३ जून हा.

त्या बुधवारी मध्यरात्री दमेकरी वृद्ध जिजाऊंच्या मंचकाभवती शिवरायांच्यासह सर्व राजमंडळ दाटलं होतं. पाचाडच्या वाड्यावर कोकणी मृग धो-धो कोसळत होता.

मध्यरात्री कुणातच नसलेल्या जिजाऊंच्या मिटल्या वृद्ध डोळ्यांसमोर कोण उभं राहिलं असेल?

अर्थातच त्या मनस्विनी व कमालीच्या सोशिक राजमातेचीही माता— म्हणजेच आई जगदंबा. अष्टभुजा— वाहन व्याघ्रावर आरूढ झालेली. आपला परडीधारी हात तिनं जिजा या आपल्या कन्येला परत

घेण्यासाठी पसरलेला होता. कारण जगदंबेनंच तर 'जिजा' ही आपली कन्या— आपलं स्वप्न साकार करण्यासाठी स्त्री रूपात भंडारा म्हणून लखुजी जाधवांच्या घरकुटात धाडली नव्हती काय?

'जिजा' ही आपल्या मातेला— जगदंबेलाच भेटण्यासाठी आता आसावली नव्हती काय?

मात्र आपल्या आईच्या— जगदंबेच्या परडीत पुन्हा भंडारा होऊन बसण्यापूर्वी उभ्या जगाला न्याय देणाऱ्या साक्षात जगदंबेला— त्या जगन्मातेला जिजानं विचारल्याशिवाय सोडलं असतं काय की,

''आम्हांस वाटलंच होतं या क्षणी तुम्हीच याल! या- आम्ही तयारच आहेत. पण वाटलं नव्हतं तुम्ही नुसत्या वाघावर बसूनच— रोजानासारखं याल! वाटलं होतं या तुमच्या वाघाबरोबर एक रिकाम्या जिनाचा घोडाही संगती घेऊन याल! या क्षणी- त्या घोड्याच्या रिकिबीत आमचाही पाय भरून मगच तुम्ही फरफटत आम्हाला आपल्या दरबारात घेऊन जाल! जशा कधीकाळी दूर कानडी मुलुखात तुम्ही होदीगेरीच्या रानात शिकारीच्या निमित्त्यानं आमच्या कुंकुबळाला घेऊन गेला होतात!''

राज्याभिषेकानंतर सातच दिवसांत छत्रपती शिवरायांच्या मातुश्री जिजाऊसाहेब गेल्या. त्या जगदंबेला या महाराष्ट्र देशी स्त्री रूपात पडलेल्या सर्वांत गोमट्या स्वप्नासारख्या होत्या. जिजाऊ गेल्यानंतर लगेच शिवराय महाराष्ट्राबाहेर कर्नाटकात दक्षिण दिग्विजयासाठी मोहीमशीर झाले! कारण 'शिवाजी' हे जिजाऊ या गोमट्या स्वप्नानं पाहिलेलं रोकडं 'सत्य' होतं. तो श्रीकृष्णाचा सूर्यवत जिताजागता 'कर्मयोग' होता!!

◆

महाभारताची वाटचाल

महर्षी वेदव्यासकृत 'महाभारत' भारतवर्षाला गेली पाच हजार वर्षं 'जीवनाचा दर्पण' म्हणून दीपस्तंभासारखं उभं आहे. महाभारत केवळ काल्पनिक विचारविलासांचं भारूड नाही, तसाच तो केवळ 'जय नावाचा इतिहास'ही नाही. ज्या निरपेक्ष, निकोप मनानं साधनारत राहून अनेक तेजस्वी प्रतिभेच्या प्रज्ञावंत ऋषींनी ही एक लाख श्लोकांची जीवनदर्श संहिता सिद्ध केली, ते सिद्धपुरुष व साक्षात्कारी महामानव होते. त्यामुळंच आकाशातील सूर्य जसा शिळा होऊ शकत नाही, तसंच महाभारत कधीच शिळं होऊ शकत नाही. तो अक्षर ग्रंथ आहे.

दोन ओळींतील सुप्त आशय मधमाशीच्या शोधक वृत्तीनं जो शोषून घेईल त्याला महाभारत 'वर्तमान ग्रंथ' आहे हे स्पष्ट जाणवेल. जर आकाशस्थ सूर्याच्या हिरण्यगर्भी, तेजमय, अविरत स्पंदनांचा व पृथ्वीवरील जीवसृष्टीचा काही संबंध असेलच तर महाभारत उद्याही 'वर्तमान ग्रंथ'च राहील. महाभारत केवळ भारत देशाचा ग्रंथ नाही. तो नि:संशय अखिल मानवजातीचा ग्रंथ आहे.

स्पष्टच एका वाक्यात अनेकांनी म्हटलं आहे की, 'व्यासोच्छिष्टम् जगत् सर्वम्!' हे शब्दश: खरं आहे. तशी महाभारताची अठराही पर्व महत्त्वाची आहेत. शांतिपर्व थोडं अधिक आहे. त्यातील १८० व्या अध्यायातील १२ वा श्लोकच केवढा विश्वव्यापी आहे ते बघावं— त्यात स्पष्ट म्हटलंय,

'गुह्यं ब्रह्म तदिदं ब्रवीमि,
नही मनुष्यात् श्रेष्ठतरं किंचित्!'

(सर्वांत ब्रह्म गूढ आहे, त्यात मनुष्यापेक्षा श्रेष्ठ असं दुसरं काहीही नाही!)

भारतीय ऋषींचं हे पाच हजार वर्षांपूर्वीचं बिनतोड भाष्य लक्षात घेऊनच साक्षेपी पाश्चात्त्य विचारवंत कालाईल केव्हाच म्हणून गेला की, 'महाभारत ही अशी एक महान साहित्यकृती आहे की याच्या किंचित संक्षिप्तीकरणानं शेक्सपिअर, गटे आणि डांटे बनतील!''

अशा महाभारताची गेल्या पाच हजार वर्षांतील वाटचाल कशी आहे ते बघणं गमतीदार तसंच उद्‌बोधकही आहे.

खरोखरच कौरव-पांडवांचं, कोणत्याही कारणासाठी असो, युद्ध झालं का? झालं हेच त्याचं उत्तर आहे. हस्तिनापूर हे शहर फार पूर्वी हस्तिन या राजानं बसविलं. 'कुरू' नावाच्या पराक्रमी राजाचा कुरूवंश तिथं राज्य करीत होता. कौरव व पांडव दोघंही कुरूच होते. त्यांच्यात हे घनघोर महायुद्ध अठरा दिवस कुरुक्षेत्राच्या विशाल रणभूमीवर झालं.

या युद्धानंतर कितीतरी वर्षांनी 'व्यास' नावाच्या प्रज्ञावंत ऋषींनी या युद्धाच्या लोककथा गंगायमुनेच्या ब्रह्मावर्त या प्रदेशात फिरून संग्रहित केल्या. त्यावर आपले प्रज्ञा संस्कार केले. म्हटलं जातं की व्यास अंध होते. वेदांचं विवरण करतो तो व्यास अशी त्यांच्या नावाची फोड आहे. या व्यासांनी चिंतनपूर्वक प्रथम ही भरतवंशातील कुरूंची कथा आपला ब्रह्मचारी पुत्र शुकदेव याला सांगितली. त्यानं ती मुखोद्‌गत केली. महाभारताचा अकल्पित प्रवास सुरू झाला, तेव्हा भूर्जपत्राचाही उपयोग ज्ञात नव्हता. या संहितेला भरतवंशाची म्हणून प्रथम नाव होतं, 'भारत सावित्री'. मूळ ती शुकदेवाला सांगितली तेव्हा फक्त चोवीस हजार श्लोकांची होती. (व्यासांनी ही संहिता गणपतीला सांगितली अशीही कथा रूढ आहे.) तिला 'हा जय नावाचा इतिहास' असंही नाव प्रथम होतं. प्रथम रचनाकार कृष्णद्वैपायन व्यासांचं वर्णन येतं ते असं– त्यांच्या चंदनचर्चित कृष्णवर्णी शरीरातील ताठ पाठकण्याच्या, भव्य कपाळाच्या, देदीप्यमान नेत्रांच्या देहातील प्रतिभासंपन्न मनात (भारत सांगताना) लोक आणि वेद यातील समग्र 'सरस्वती' स्फुरित होऊन उठली.

यातील चमकदार नेत्रांच्या स्पष्ट वर्णनावरून ते 'अंध' नसावेत हे स्पष्ट व्हावं. (इलियड व ओडेसी या महाकाव्यांचा थोर रचनाकार होमर हाही 'अंध' होता असा प्रवाद आहे.)

काही काळ भारत व महाभारत वेगवेगळे ग्रंथ राहिले. पुढं समग्र असं महाभारत झालं. शुकदेवानंतर सौति ह्या शिष्याकडं भारताची ही संहिता आली.

पुढे नारद, देवल व असित यांनी यावर 'नारायणीय पंचरात्र' धर्माचे संस्कार केले. (यातील नारद हे एक प्रज्ञावंत ऋषी होते. नेहमी कथानकात येतात ते 'नारदमुनी' हे नव्हेत. इथंच लक्षात घेतलं पाहिजे की, 'नारदमुनी' ही व्यक्तिरेखा प्राचीन अनेक ग्रंथात व हवी तेव्हा आली आहे. तिचा स्पष्ट संकेत नियती (destiny) किंवा कालसापेक्ष (time related) असा आहे. म्हणूनच नारदमुनी ही प्राचीन ग्रंथाची चिरंजीव मानलेली 'नियती व्यक्तिरेषा' कुठल्याही कथानकात केव्हाही व पूर्णतः अलिप्त स्थितप्रज्ञभावानं अखंड काळाची 'नारायण-नारायण' अशी वीणा झंकारावर नांदी लावत प्रवेशते, तशीच ती केव्हाही निघून जाते.)

महाभारतात स्वतः महर्षी वेदव्यास हे स्पष्ट नारदाची प्रातिनिधिक कामगिरी करताना दिसतात. (शिवाय नारदही आहेतच) शुकदेव, सौति, नारद, देवल, असित यांचा संस्कारकालच शेकडो वर्षांचा आहे. या काळातच मूळ २४ हजारांत अनेक श्लोकांची वाढ होऊन श्लोकसंख्या जवळजवळ दुप्पट झाली. एव्हाना ती अनेक मुनिवरांच्या आश्रमात पोचून जनप्रिय झाली.

नंतर ती चार प्रज्ञाश्रेष्ठ आचार्यांच्या हातात गेली. ते म्हणजे सुमंत, जैमिनी, वैशंपायन व पैल हे होत. या सर्वांनी 'भारत सावित्री' उर्फ 'महाभारत' या संहितेवर आपाआपल्या कुलशाखांच्या आचार-विचारांचे संस्कार केले. एव्हाना महाभारताला प्रचंड महाकाव्याचं स्वरूप येऊन ठेपलं होतं. राज्यशास्त्र, नीतिशास्त्र, समाजशास्त्र, युद्धशास्त्र, वैद्यक, योगशास्त्र, वनस्पती, जीवशास्त्र, खगोल, भूगर्भ, अणुशास्त्र, आयुर्वेद अशी एकही जीवनशाखा शिल्लक राहिली नाही जिला महाभारतानं कक्षेत व कवेत घेतलं नाही. ते नावाप्रमाणं 'महा'भारत व 'महा'काव्य झालं असंही म्हटलं जाऊ लागलं की, महाभारतात नाही ते अन्यत्र कोठेच नाही.

इथं कापुरुष शिखंडीपासून महापुरुष भीष्मापर्यंत व्यक्तिरेखा आल्या. इथं गर्भबदल करून वावरणारा संकर्षण उर्फ बलराम आला. इथं बहुपुत्रत्व, बहुपतित्व, अंधत्व याबरोबरच घटोत्कच, मयासुर यांसारखी मायावी आश्चर्यं आली. या संहितेत शाप व वर यांची रेलचेल आली. मानवी षड्रिपूंचे व अष्टसात्त्विक भावांचे विकास झाले.

या ग्रंथातील शेकडो, हजारो व्यक्तिरेखा सजीव सृष्टीच्या उत्क्रांतीच्या पहिल्या टप्प्याच्या अखेरीच्या कालखंडातील असल्यानं त्यांच्या राग, लोभ, काम, क्रोध सर्वच भावभावना निखळ प्राकृतिक होत्या. त्यांचा आविष्कार तत्काळ होता. तीव्र होता.

इथंच लक्षात ठेवलं पाहिजे की, यापूर्वीच्या उत्क्रांतीच्या 'पहिल्या टप्प्यातील' असल्यानं रामायणातील व्यक्तिरेखा याहून तीव्र प्राकृतिक, तीव्र प्रवृत्तीच्या होत्या. त्यामुळे 'वा'नराकडून नराकडे वाटचाल करणाऱ्या त्या सहज प्रवृत्तीनं वेढलेल्या व्यक्तिरेखांची तेवढीच सहज 'प्रतिक्रिया' आली. म्हणूनच 'रामायण' पानापानांत 'जीवन कसं असावं' ते सांगतं. महाभारत जीवन प्रत्यक्ष कसं आहे ते सांगतं. म्हणूनच महाभारत हा केवळ एक 'सूडाचा प्रवास' ठरत नाही. त्यात अशी उपाख्यानं आहेत की, हा ग्रंथ याहून काही अधिक सांगतो हे लक्षात घेणंच भाग पडतं. एकच उपाख्यान यासाठी ध्यानी घ्यावं असं आहे, ते आहे एकलव्याचं. तो शेवटी कौरवांकडून युद्धात लढला आहे. तो कुठल्या सूडयात्रेत बसतो? तो फक्त निखळ, निष्ठावंत शिष्ययात्रेतच बसतो. पतीसाठी जीवनभर अंधत्व पत्करणारी गांधारी सूडयात्रेची वाटसरू ठरत नाही, तर ती प्रामुख्यानं पतीपरायण ठरते. द्रौपदीवर वासनामय घाला घालणारे कीचक, जयद्रथ या कथेत जसे आहेत, तसे आजन्म नैष्ठिक ब्रह्मचर्याचं तप पाळणारे पितामह भीष्म आहेत. एकूणच महाभारत 'जीवन प्रत्यक्ष कसं आहे' याचं हातचं न राखता दर्शन घडवितं.

ज्या काळात भारतात 'शृंग' राजे होऊन गेले त्या अगोदर काही काळ 'हा जय नावाचा इतिहास' किंवा भारताचे महाभारत झालेली संहिता 'शौनक' नावाच्या भृगुवंशीय, प्रज्ञासंपन्न ऋषींच्या ताब्यात आली. त्यांनी आपल्या भृगुकुलाचे अत्यंत प्रभावी संस्कार महाभारतावर केले. मूळ चांद्रवंशीय व पुढे कुरुवंशीय राजांच्या पिढ्यान्‌पिढ्यांच्या या बखरवजा महाकाव्यात आता भृगूंच्या कथा आल्या. म्हणूनच जमदग्नी

व परशुराम महाभारतात आले. परशुराम भीष्माचे गुरू होते असा स्पष्ट उल्लेख महाभारतात आहे.

जशा व ज्या प्रमाणात भृगूंच्या कथा महाभारतात आल्या तशा व त्या प्रमाणात अत्री, भारद्वाज, वसिष्ठ अशा कुलांच्या आल्या नाहीत. आदिपर्व, आरण्यकपर्व, उद्योगपर्व, शांतीपर्व, अनुशासनपर्व, अश्वमेधपर्व अशा महत्त्वाच्या पर्वांत भार्गवांची उपाख्यानं भरपूर घुसडण्यात आली. भृगु-भारद्वाज संवाद, च्यवन-कुशिक संवाद असे लांबलचक संवाद महाभारतात घुसले. जमदग्नी, परशुराम यांच्या जन्मकथा आल्या. मूळ भारतवंशाची युद्धकथा या संदर्भांनी झाकाळली गेली. यातील घुसडलेले कथाभाग व श्लोक कोणते हे ठरविणे अवघड झाले. तरीही तारतम्यानंच ही घुसखोरी ठरविणं क्रमप्राप्त आहे.

असं शतकानुशतकांची प्रज्ञापुटं अंगावर घेत महाभारत स्थिरावलं. त्याची पर्वं झाली अठरा. अध्याय झाले १,९४८ व श्लोकांची संख्या झाली ८२,१४६ (ही श्लोक संख्या पुण्याच्या विख्यात भांडारकर इन्स्टिट्यूटनं 'प्रक्षेपित' म्हणजे घुसडलेले श्लोक व तरतमभाव वापरून तौलनिक सर्व कसोट्या लावून वगळल्यानंतर सिद्ध केलेल्या सर्व पर्वांची आहे.)

म्हणजे महाभारताच्या आजवरच्या वाटचालीतून काही स्पष्ट निष्कर्ष निघतात. पहिला म्हणजे मूळ कृष्णद्वैपायन व्यासांनी पुत्र शुकदेवाला मौखिक पद्धतीनं सांगितलेलं महाभारत आज चक्क चौपट होऊन उपलब्ध आहे.

बी. आर. चोप्रा यांच्या महाभारत मालिकेतील 'द्रौपदी वस्त्रहरण' प्रसंगावरून उद्भवलेल्या वादात भांडारकर संस्थेच्या विद्वान व आदरणीय अध्यक्षांनी— डॉ. रा. ना. दांडेकरांनी वृत्तपत्रात स्पष्ट प्रतिक्रिया दिली होती की, या प्रसंगाचं मूळ वर्णन फक्त चार श्लोकांतच आहे! द्रौपदीची अशी विटंबना व तीही भरसभेत झाली नव्हती!

सामान्य भारतीय वाचक महाभारताची कथा कशी वाचतो व ऐकतो हे प्रथम थोडक्यात इथं बघितलं पाहिजे. सर्वसामान्य भारतीय महाभारताला स्पष्ट 'पाचवा वेद'च मानतो. त्यातील चमत्कार व अद्भुते तो सत्य मानतो. स्वातंत्र्यानंतर ४५ वर्षं लोटली, त्यात तो काही बदल करायला तयार नाही. हे बरोबर आहे का? तसंच, 'महाभारत' ही व्यास नावाच्या

अतिशयोक्ती करणाऱ्या एका कवीची बेलाग कल्पनाशक्तीची निखळ भाकडकथा आहे असा टोकाचा शेरा मारून घाईगर्दीनं ती हजारो वर्षांची संहिता चक्क निकालात काढणं शक्य आहे का? असलं तरी योग्य आहे का? असे प्रश्न निर्माण होतात.

यासाठी एवढी सकस जीवनप्रणाली, अतिशय सूक्ष्म जीवनकंगोऱ्यानिशी मांडणारी रसाळ संहिता वारसा म्हणून इस्रायल किंवा आजच्या संयुक्त जर्मनीच्या ताब्यात असती तर? त्यांनी काय केलं असतं? असाही विचार करून बघण्यासारखं आहे.

महाभारत एक 'बोगस महाकाव्य' म्हणून निकालात काढता येत नाही. ती केवळ एक बखरवजा संहिता म्हणून वरवर चाळून फेकताही येत नाही. महाराष्ट्र समजायचा असेल तर जसं शिवचरित्र व शिवकाल आणि भागवत धर्माची वाटचाल समजलीच पाहिजे, तसंच पूर्ण भारतवर्ष, त्याच्या जीवन-नसांसह समजायचा असेल तर रामायण व महाभारत समजलंच पाहिजे. हे ग्रंथ म्हणजे नुसती महाकाव्यं नव्हेत. नुसत्या बखरी नव्हेत. हे ग्रंथ म्हणजे भारतीयांच्या निकोप जीवनप्रणालीचे अक्षय व अक्षर असे दस्तऐवज आहेत.

या व्यावहारिक व वास्तव मनोबैठकीवर येताच आज महाभारताकडे मार्गदर्शक असा सशक्त जीवनप्रणालीचा ग्रंथ म्हणूनच बघावं लागेल. तसं बघताना स्पष्ट जाणवणारे मोजकेच निष्कर्ष इथं नोंदवितो.

महाभारतात 'राजे' अनेक आहेत. भरतापासून ही राजांचीच खरं तर कथा आहे. या कथेचं सर्वाधिक मोलाचं वैशिष्ट्य कोणतं असेल तर, ही कथा राजांची असून सर्वदूर जनसामान्यांची झाली हे. विश्वसाहित्यात 'रामायण' व 'महाभारत' हे असे दोनच ग्रंथ आढळतील.

महाभारतातील सर्व राजे आपले घराणे, वारस, राजकुटुंब, एखादा गुरू, एखादं प्रेमप्रकरण या मर्यादित कक्षेतच फिरताना दिसतील.

खऱ्या कसोटीच्या अर्थानं महाभारतात 'राजे' दोनच. एक श्रीकृष्ण व दुसरा दुर्योधन! कुठल्याही सिंहासनावर न बसलेल्या श्रीकृष्णाचं राजकारण सर्वथा यशस्वी झालं. हस्तिनापूरच्या राज्यावर इच्छा असूनही न बसू शकलेल्या दुर्योधनाचं सर्व राजकारण अयशस्वी झालं. याचं मूळ कारण श्रीकृष्ण 'कुठल्याही' घटनेची 'प्रतिक्रिया' नक्की काय होईल याचा काळसाक्षेपी वेध घेण्यात निष्णात होता. दुर्योधन अशा वेधाचा

विचारही न करता फक्त धाडसी क्रियाच करण्यात निष्णात होता. श्रीकृष्णानं 'स्त्री' हे एक जीवनतत्त्व म्हणूनच जीवनसत्य म्हणून विचार व आदरपूर्वक स्वीकारलं होतं. दुर्योधन 'स्त्री' या निसर्गसत्याचा फारसा विचारच करीत नव्हता. 'केळीच्या पानाचा' शेवटचा एकच लक्षणीय प्रसंग वगळता 'माता गांधारी व पुत्र दुर्योधन' असा जागीच खिळवून ठेवणारा एकही प्रसंग महाभारतात नाही. श्रीकृष्णाचे रुक्मिणी, सत्यभामा, जांबवती, कालिंदी असे कितीतरी भावगर्भ प्रसंग आहेत. 'दुर्योधन-भानुमती' असा लक्षात राहणारा एक तरी प्रसंग आठवतो का?

महाभारताची हजारो वर्षांची यशस्वी वाटचाल कशामुळं झाली असेल? कुठल्या कारणात याची सुप्त पाळंमुळं लपली आहेत? तर निसर्ग ज्या मूलतत्त्वावर किंवा त्या काळी ज्ञात ज्या पंचमहाभूतांवर नांदत होता, त्यांचं संभाव्य रसायन या ग्रंथातील जवळजवळ सर्वच व्यक्तिरेखांत रसाळ सशक्तपणे नांदून गेल्याचं स्पष्ट दिसतं हे. (आज विज्ञानानं मूलतत्त्वं अनेक शोधून काढली आहेत.) महाभारतकाली पृथ्वी, आप, तेज, वायू व आकाश ही पंचमहाभूतं प्रचलित होती. महाभारतातील स्त्री-पुरुष व्यक्तिरेखा नैसर्गिक व तुमच्या-आमच्यासारख्या वाटतात. कारण त्यांच्या प्रवृत्ती या मूलतत्त्वांच्या मिश्रणातून स्पष्ट आविष्कारलेल्या अशा सहज भावतात. महाभारतात त्या तशाच वावरतात. एक व्यक्तिरेखा दुसरीसारखी नाही.

श्रीकृष्ण, भीष्म व कर्ण यांचा 'जल' या महाभूताशी मूकपणे आविष्कारलेला मनोबंध तर केवळ अजोड आहे. श्रीकृष्ण-कर्ण जन्मतःच यमुना व अश्व नदी या जलतत्त्वावरूनच जीवनप्रवास करतात. 'गंगापुत्र' भीष्म तर प्रत्यक्ष जलतत्त्वांचा समर्थ वारसच आहे. हे तिघेही महाभारतात एकमेकांचा मूक, तरीही स्पष्ट जाणवावा असा आदर राखूनच वावरले आहेत. जलतत्त्वाचा हा भावत्रिकोण नीट ध्यानी आला की, आपण या तीनही व्यक्तिरेखांच्या अधिक जवळ जातो.

महाभारतकाली 'मातृसत्ताक समाजपद्धती' प्रभावी होती. सत्यवती, कुंती, गांधारी, द्रौपदी या तीन स्त्री-व्यक्तिरेखा यांचा स्पष्ट ठळक दाखला आहे. महाभारत जीवनप्रणालीचा आदर्श व मार्गदर्शक ग्रंथ कसा ठरतो यासाठी असेही काही विचार करता येतील.

(समजा झालेच आहे वस्त्रहरण) तर नंतर प्रत्यक्ष भेटीत सून द्रौपदी

व सासू कुंती यांचे संवाद कसे असतील? जीवनाच्या असह्य व भेदक सत्याला त्या दोन्ही स्त्रिया कुठलं सांत्वनाचं तर्कशास्त्र वापरून शांत झाल्या असतील?

अभिमन्यूवधाच्या प्रसंगानंतर त्याची आजी कुंती व आई सुभद्रा यांचे नेमके संवाद काय झाले असतील?

आजच्या प्रगत व अणूच्या विश्लेषणावर विस्तारलेल्या, थक्क करणाऱ्या विज्ञानानं समस्त विश्वाचं स्वरूप कसं असेल याची जिज्ञासा मानवी मनात उभी केली आहे. त्या मनाच्या अनेक किचकट प्रश्नांची उत्तरं शोधून काढली आहेत. जसं बाहेर विश्व अथांग आहे तसं मानवी मनही अथांग आहे. 'महाभारत' त्या अथांग मनाचा वेध घेण्यासाठी 'दोन ओळींतील आशय' (Between the lines meaning) शोधायला हजारो वर्षं प्रवृत्त करीत आलं आहे. तो आशय जसजसा अधिक आकळत जाईल तसतसं गुरुत्वाकर्षण व अणुविज्ञानाच्या वाढत्या आकलनाबरोबर जसं विज्ञान विस्तारलं आहे, तसं महाभारतही मानवी मनाला अधिक खोलवर आकलत जाईल.

थोडक्यात, आजच्या लाखभर श्लोकांच्या महाभारतात अद्याप दहा एक तरी सुप्त महाभारतं लपलेली आहेत!

फक्त एकाच व सर्वाधिक महत्त्वाच्या अशा श्रीकृष्ण या व्यक्तिरेखेचा विचार केला तरी हे समजून येईल.

श्रीकृष्ण या व्यक्तिरेखेवर सर्वांत मोठा आक्षेप आहे तो हा की, तो 'चातुर्वर्ण्य मानणारा किंवा त्याचा निर्माताच' होता. महाभारताचे रचनाकार प्रत्यक्ष व्यास हे शूद्र आहेत. आपला सारथी दारुक याला रथात बसवून श्रीकृष्णानं अनेकवेळा त्याचं सारथ्य केलं होतं. राजसूय यज्ञात त्यानं आमंत्रितांच्या उष्ट्या पत्रावळ्या स्वत: उचलण्याचा स्पष्ट दाखला आहे. दासीपुत्र विदूर व सूतपुत्र कर्ण यांच्याशी त्याचे झालेले संवाद आदरयुक्त आहेत. याचं तात्पर्य काय निघतं? श्रीकृष्ण जन्माधिष्ठित उच्चनीचता मुळीच मानत नव्हता. 'चातुर्वर्ण्य मी निर्माण केले' हा गीतेतील श्लोक चक्क घुसडलेला आहे हाच निष्कर्ष योग्य ठरत नाही काय?

आपण गीता हा तत्त्वज्ञानपूर्ण ग्रंथ सदैव आदर्शवत व थोर मानला आहे. ते योग्यच आहे. फक्त श्रीकृष्णाकडे आकलनाच्या दृष्टीनं बघायची एकांगी वृत्ती आपण शेकडो वर्षं जोपासली आहे. कोणती ती दृष्टी? तर

गीतेचा उद्गाता म्हणून श्रीकृष्ण श्रेष्ठ. तसा तर तो आहेच पण अशा गीता त्याच्या आचरणाबरोबर पायठशासारख्या पदोपदी उमटल्या आहेत इकडे लक्षच द्यायला आपण तयार नाही.

अचाट चमत्कार करणारा, 'यदा यदा ही धर्मस्य ग्लानिर्भवति भारत' असं आश्वासन देणारा श्रीकृष्ण केवळ भगवान मानून आपण गाभाऱ्यात किंवा फक्त मंदिरात बसविला आहे. 'तुमच्यात अंशरूपानं मी नांदतो आहे' हे त्याचं सर्वांत सशक्त अभय आपण वास्तवात राबविलेलं नाही. तो एक सर्वोच्च रंगसूत्रांचा (Highest Harmons) अधिकारी पूर्णपुरुष होता अशा तर्कशुद्ध वास्तवानं त्याच्या जीवनाला आकळून घ्यायचा यत्नच आपण गेल्या हजारो वर्षांत केलेला नाही.

मूळ 'कृष्ण' या त्याच्या नावाला 'श्री' या अनेक अर्थच्छटांची सार्थ उपाधी लागून 'श्रीकृष्ण' कसा झाला? पुढे अनेक जीवनस्तरांवर प्रज्ञावंत डोळसपणे वावरून तो 'वासुदेव' कसा झाला? हे आपण कधीही समजून घेतलेलं नाही. 'वासुदेव' ही कुरू, यादव, भोज, सात्वत अशा सर्वांनी मानलेली परमादराची एक उपाधी होती. श्रीकृष्णपिता 'वसुदेव' होते, 'वासुदेव' नव्हे. हा फरक आपणाला आजही नीट माहिती नाही.

एकीकडून 'भारत सावित्री' हा चांद्रवंशीय भरत राजांचा मूळ प्रणालीग्रंथ वाढत वाढत एक लक्ष श्लोकांचा 'महाभारत' ग्रंथ झाला.

दुसरीकडे कडाक्याच्या वादळात व घनघोर वादळात एखादं गरुडाचं पिल्लू उत्तुंग शिखराच्या कपारीत अंग आखडून बसावं तशी या ग्रंथातील अनेक लक्षणीय व्यक्तिरेखांची सत्यरूपे सांदडीत अंग आक्रसून बसली आहेत.

महाभारताची झालेली वाटचाल थक्क करणारी व आपण अभिमान बाळगावी अशीच आहे. पुढील वाटचालीत ही लोपलेली रूपे समर्थ तारतम्यानं, अभिजात प्रज्ञेच्या अधिकारी अशा प्रतिभावंतांच्या लेखणीनं उजागर होतील काय? स्पष्ट होतील काय? बघायचं!

◆

महाभारतीय काही स्त्री मने

महाभारत हा भारतीयांचा अमोल जीवन ठेवा आहे. जसं मानवी जीवन स्त्री-पुरुष या शाश्वत सत्यानं भरलेलं आहे तसंच महाभारतही आहे. म. व्यासांच्या या अजोड महाकाव्यात नकळतच लक्ष जातं ते प्रामुख्यानं पुरुष व्यक्तिरेखांकडे. ते साहजिकही आहे. महाभारतातील पुरुष व्यक्तिरेखा एक से बढकर एक पराक्रमी आहेत. त्या नुसत्याच सरळसोट पराक्रमीही नाहीत. त्यांना आजच्या जीवनात रोज दृष्टीला पडणाऱ्या मानवी स्वभावांच्या छटांचे विविध पैलूही आहेत. जाणत्यांनी त्यासाठीच 'महाभारतात नाही ते कशातही नाही' असं योग्य प्रमाणपत्रही या महाकाव्याला दिलं आहे. एक लक्ष श्लोकांच्या व अठरा पर्वांच्या या भरघोस महाकाव्यात भ. श्रीकृष्णापासून कापुरुष शिखंडीपर्यंत भेटणाऱ्या विविध व्यक्तिरेखा मती गुंग करून टाकतात. हे महाकाव्य गेली पाच हजार वर्षं चढत्या भाजणीनं लोकप्रिय होण्यासाठी काही कारणं आहेत. त्यातील प्रमुख कारण म्हणजे साहित्याच्या सर्वकालिक निकषांवर ते आजही पूर्ण उतरतं आहे. पाच हजार वर्षांपूर्वी घडून गेलेल्या कौरव-पांडवांतील रोमहर्षक संग्रामाची ही कथा आजही कालच घडल्यासारखी टवटवीत आहे. याची नेमकी कारणं काय? नस कोणती?

महाभारत आजही मानवी जीवनाला आरसा दाखवीत उभं आहे. महाभारत म्हणजे जीवनाचा दर्पण! शतकं मागं पडली, याच्यावर धूळ कशी साचली नाही? या दर्पणाला तडे कसे गेले नाहीत? याच्यामागं

मानवी जीवनाच्या अशा कसल्या पाऱ्याचा लेप आहे की तो टवकाभरही उडून जात नाही? अनेक जाणत्यांनी असे प्रश्न उठवून महाभारताची शतकानुशतकं उलटतपासणी घेऊन बघितली आहे. आज हे महाकाव्य म्हणजे मानवी जीवनाचा एक प्रणाली पण म्हणून सर्वदूर— अगदी युरोपातही मान्य झाला आहे.

महाकाव्य केव्हा निर्माण होतं, तर पिढ्या-पिढ्यांनाही विसरता येणार नाही अशी घटना घडल्यानंतर. मानवी जीवनातील अशी घटना कुठली असते? तर ती असते युद्ध ही. साहजिकच 'महाकाव्य' निर्माण होण्यासाठी 'महायुद्ध' घडावं लागतं. युद्ध हे प्रामुख्यानं पुरुषच लढतात. म्हणूनच महाकाव्यातील पुरुष व्यक्तिरेखांकडे अधिक लक्ष जातं. प्रत्यक्षात मात्र निसर्गाकडे बारकाव्यानं पाहिलं तर प्रत्येक पराक्रमी पुरुषाला जन्म देणारी स्त्रीच असते. त्याला घडविणारी वा बिघडविणारीही स्त्रीच असते. पुरुष आणि स्त्री ही निसर्गातील दोन शाश्वत तत्त्वं आहेत. महाभारत या म. व्यासकृत महाकाव्यात या दोन मूलभूत तत्त्वांचा सुरेख साहित्यिक समतोल साधला गेला आहे. वानगीदाखल त्यातील काही स्त्रीव्यक्तिरेखा धरूनच त्यांचा विश्लेषणात्मक काही विचार इथं करावयाचा आहे.

तशा महाकाव्य महाभारतात अनेकानेक लहानथोर, तरुण-वृद्ध स्त्री व्यक्तिरेखा आहेत. एक लक्ष श्लोकांच्या या महाकाव्याचा प्रारंभच कद्रु, विनिता या स्त्रियांपासून होतो. नंतर महाभारताच्या कथाभागांत देवयानी, शर्मिष्ठा, सत्यवती, अंबा, अंबिका, अंबालिका अशा कितीतरी स्त्री व्यक्तिरेखा भेटत जातात. महाकाव्य महाभारताचं कधीच जीर्ण न होणारं असं एक खास वैशिष्ट्य आहे. त्याच्या कथाभागांतील एकही स्त्री-पुरुष व्यक्तिरेखा दुसऱ्या कुठल्याही स्त्री-पुरुष व्यक्तिरेखेशी तोलता येत नाही. ताडून बघता येत नाही. प्रत्येक व्यक्तिरेखा स्वतःच्या ठायी स्वतःचे गुणविशेष घेऊन ठामपणं उभी आहे. ती 'स्वयंभू' आहे. याचं कारण महाभारतातील प्रत्येक स्त्री-पुरुष व्यक्तिरेखा ही पंचमहाभूतांच्या विलक्षण मिश्रणांच्या रसायनातून साकारलेली आहे.

विश्लेषणासाठी त्यातील राजमाता कुंती, पांडवपत्नी द्रौपदी, कौरवमाता गांधारी आणि श्रीकृष्णपत्नी रुक्मिणी या फक्त चारच स्त्री-व्यक्तिरेखा इथं घेतल्या आहेत.

सर्वप्रथम आपण विश्लेषणासाठी घेऊ ती कौरवमाता गांधारी.

गांधारी ही मूळची कंदहार देशाची. कंदहार म्हणजेच गांधार. आजचा अफगाणिस्तान. या चारही स्त्री व्यक्तिरेखा समजून घेताना प्रथम तत्कालीन आर्यावर्ताचा भूगोल नीट समजून घेतला पाहिजे. ज्याचा सतत 'आर्यावर्त' म्हणून उल्लेख येतो तो कुठून-कुठपर्यंतचा प्रदेश होता? तर दंडकारण्यापासून तो थेट काबा नदीकाठच्या काबूलपर्यंत. आर्यांचे मूळ आदर्श ग्रंथ म्हणजे चारही वेद. हे वेद महाभारत, त्यापूर्वीचे रामायण व त्याहीपूर्वीच्या कालातील आहेत. हे चारही वेद 'हिंदुकुश' नावाच्या पर्वतावरील अनामिक अज्ञात असंख्य ऋषीमुनींनी सिद्ध केले. मौखिक पद्धतीनं पिढ्यानपिढ्या यांचं जतन झालं. हा हिंदुकुश पर्वत याच नावानं आजही अफगाणिस्तानात अस्तिवात आहे.

कौरवमाता गांधारी कुठल्या संस्कारात व पर्यावरणात वाढली असावी याचा माग घेण्यासाठी ही भौगोलिक व ऐतिहासिक परिस्थिती विचारात घेणं अटळ आहे. याचवेळी हेही नीट ध्यानात ठेवणं आवश्यक आहे की, जन्मतःच डोळस असूनही पती अंध आहे म्हणून अंधत्व स्वीकारलेली गांधारी ही विश्वसाहित्यातील एकमेव स्त्री-व्यक्तिरेखा आहे. अंध असणं वेगळं आणि अंधत्व स्वीकारणं वेगळं.

सुबलराज शकुनी हा गांधारीचा बंधू. तो आपला कंदहार हा देश सोडून आर्यावर्तात जीवनभर हस्तिनापुरात राहिला. तो का? गांधारीनं अंधत्व पत्करलं नसतं तर शकुनी हस्तिनापुरात राहिला असता का? याच वेळी हाही विचार करणं भाग ठरतं की, पांडवमाता कुंतीदेवीला असलेला बंधू वसुदेव तिच्यावर अनंत प्रसंग कोसळले असतानाही तिला म्हणावी तशी मदत करताना कुठेच दिसत नाही. भोवतीच्या अशा सर्व पर्यावरणाची नीट उलटतपासणी केल्याशिवाय गांधारी ही हिंदुकुश पर्वताच्या भक्कम शिखरासारखी निग्रही कशी आहे या सत्याकडे जाता येत नाही. जरी भगिनीला साहाय्य करण्याच्या अंतःस्थ हेतूनं शकुनी हस्तिनापुरात राहिला तरी गांधारीनं मात्र त्याच्या कुटील राजनीतीची साहाय्यता कधीच स्वीकारली नाही. गांधारी आणि शकुनी सहोदर बंधू-भगिनी असतानाही जीवनाच्या सरळ दोन टोकांवर उभे आहेत हेच म. व्यासांच्या दिव्य प्रतिभेचं विलक्षण रूप आहे. असाही थोडा विचार करून बघता की, गांधारी शकुनीच्या वेळोवेळीच्या कुटील सूचनांमध्ये हो ला हो मिळवून

सहभागी झाली आहे. काय झालं असतं कुरूकुलाचं?

जेवढ्या निग्रहानं शकुनी आपल्या महाराणी असलेल्या भगिनीला कुटील बुद्धीचे टेंभे पालवून मदत करू बघतो, तेवढ्याच निर्धारानं कौरवमाता गांधारी त्याच्या सूचना फेकून देताना दिसते. शकुनीच्या अग्निकंकणासारख्या जळाऊ व कात्र्या बुद्धीच्या गळाला भगिनी असून गांधारी कधीच लागली नाही. त्याच्या गळाला लागला तो ज्येष्ठ कौरव, भाचा दुर्योधन. व्यासांच्या दिव्य प्रतिभेनं इथंच एक घरच्या घरातला भावत्रिकोण अतिशय कलात्मक पद्धतीनं आखून घेतला. गांधारी बंधू शकुनीचं काही ऐकून घेत नाही. भाचा दुर्योधन मामा शकुनीचं काहीच ऐकायचं सोडत नाही. पतीसाठी अंधत्व स्वीकारलेल्या साध्वी गांधारीची जेवढी जीवनभर कुतरओढ झाली नाही तेवढी या मामा-भाच्यांनी केलेली दिसेल. कर्णावर भाष्य करताना मराठीतील थोर विदुषी दुर्गा भागवतांनी एक अत्यंत अर्थपूर्ण विधान केलं आहे की, 'कौरव पक्षाकडे जो काही न्याय आला, तो कर्णाच्या पावलांनी.' अगदी तसाच विचार केला तर हेही पहायला हरकत नाही की, कौरव पक्षाकडे स्त्रियांच्या संदर्भात जी काही करुणेची सहानुभूती आहे, ती आलेली आहे एकट्या गांधारीमुळे.

कौरवांकडे दुर्योधन पत्नी भानुमती व इतर सर्व दुर्योधनबंधूंच्या स्त्रिया गांधारीसमोर शब्दशः लिलिपुटियन आहेत.

कौरवमाता गांधारी अंधत्व पत्करूनही मिटल्या, जागत्या डोळ्यानं जे बघू शकत होती ते कौरवांकडील एकही डोळस योद्धा बघू शकत नव्हता. इतकंच काय, पण पांडवांकडील काही मोजक्याच स्त्रिया सोडल्या तर इतरांकडे ही कुवत नव्हती. सर्वसामान्यपणे प्रत्येक सजीवाला पंचेंद्रियं लाभलेली असतात. गांधारीला तिनं अंधत्व पत्करल्या क्षणापासून एक सहावं इंद्रियही लाभलं होतं हे ठायी ठायी प्रत्ययाला येतं. पहिलाच संदर्भ येतो तो तिच्या शतपुत्रांच्या शतविध हालचाली— त्यांचं बोलणं-चालणं, रुसणं-फुगणं, आवडी-निवडी, राग-लोभ हे सगळं अचूकपणे पारखणारी ती एक महाभारतातील अलौकिक माता आहे. आपल्या अंध पतीचे हर्षामर्ष तर ती त्याच्या श्वासावरसुद्धा पारखण्याइतकी तरबेज झाली होती. म्हणूनच तर ती देहानं अंध असलेल्या पतीला वेळोवेळी मनाचे डोळे वेळीच

उघडण्याची सूचना करताना दिसते. जेवढी वनात जाऊन कुंती पतीपरायण राहिली, प्रात:स्मरणीय ठरली; तेवढीच राजवास्तूत राहून अंधत्व स्वीकारूनही गांधारी पत्नीकर्तव्य निभावताना दिसेल.

महाकाव्याचं एक खास वैशिष्ट्य असतं. त्या-त्या महाकाव्याच्या रचनाकार महाकवीच्या लेखणीत एवढं सामर्थ्य असतं की तो आपल्याच महाकाव्याचा नायक खाडकन जमिनीवर आणून उभा करू शकतो. रामायणात म. वाल्मीकींनी नायक रामाला शरयू नदीत प्रवेश करायला लावून हे दाखवून दिलं आहे. महाभारतात म. व्यास असाच प्रत्यय देतात. महाभारताचा नायक असलेला श्रीकृष्ण भारतीय युद्धानंतर कौरवमाता गांधारीच्या भेटीस जातो, त्याप्रसंगी त्याचा प्रत्यय येतो. या युद्धात सगळे कौरव मारले गेले. पांडवांचीही तीच गत झाली. उरले केवळ दहा योद्धे. या पार्श्वभूमीवर श्रीकृष्ण कौरवमाता गांधारीला भेटू धजला. तो आला आहे हे गांधारीनं त्याच्या पावलावरूनच ओळखलं. ती म्हणाली, "ये, द्वारकाधीशा, तुझीच वाट बघते आहे!" या संबोधनातच महाकवी व्यासांनी स्पष्ट सुचवलं आहे की, जगाच्या पदरात त्याच्या त्याच्या कर्माचं फळ घालणाऱ्या श्रीकृष्णा, तुझ्या पदरात तुझं माप घालण्यासाठीच मी थांबले आहे!

महाभारताच्या अखेरीस श्रीकृष्ण-गांधारी भेट हा प्रसंग गांधारीची खरी उंची सांगून जातो. श्रीकृष्ण ओणवा होऊन शतपुत्र गमावलेल्या मातेच्या तोंडून निघालेल्या "माझ्या शंभर पुत्रांचा नाश करविलास- श्रीकृष्णा, तुझ्या यादवकुलाचाही असाच विनाश होईल. तुझ्या सुनाही अशाच आक्रोशतील!" या शापाचा स्वीकार करतो. इथं श्रीकृष्णाला तो दशांगुळे कसा आहे हे सांगून जाते ती स्त्रीव्यक्तिरेखा म्हणजे गांधारी! यासाठीच एकटी गांधारी हा स्वतंत्र ग्रंथाचा विषय आहे.

महाभारतातील कुठल्याही स्त्री-पुरुष व्यक्तिरेखांत वाचकांचं पटकन ध्यान खेचून घेण्याचं सामर्थ्य आहे ते पांडवमाता कुंतीत! एका त्रिकालाबाधित तत्त्वासाठी हे सत्य आहे की, ती जेत्यांची माता आहे. जेत्यांचं श्वानसुद्धा आदरास पात्र होतं हे जगाचा इतिहास सांगतो. त्यासाठी इंग्रजीमध्ये एक अर्थपूर्ण उक्ती आहे- 'Nothing succeeds like success'. अर्थ आहे- यशासारखं दुसरं यश नाही. या कसोटीवर खरं तर पांडवांसमोर कुंतीचं यश झाकाळून जायला पाहिजे. तसं होत नाही

याचं कारण काय असावं? आपण पांडवांच्या महाभारतीय युद्धातील तथाकथित यशाचं श्रेय श्रीकृष्णाला— त्याच्याबरोबरच अर्जुनाला देऊन मोकळं होतो. कुणाच्याही ध्यानी हे पटकन येत नाही की, कुठलंही शस्त्र हाती न घेता, कुठल्याही समरांगणावर न उतरता पांडवांचा विजय खेचून आणणारी कुंती ही पांडवांचा सर्वश्रेष्ठ सेनापती होती. यासाठी त्याकाळच्या आर्यावर्तातील मातृसत्ताक पद्धतीचा सर्वसमावेशक अभ्यास आवश्यक आहे. बारकाव्यानं अभ्यास करणाऱ्यालाच जाणवेल की, जेव्हा-जेव्हा पांडव खचले, तेव्हा-तेव्हा श्रीकृष्णानं त्यांना 'बौद्धिक' उभारणी दिली. पण त्या-त्या प्रसंगाला पांडवमाता कुंतीनं कधी एकाला, कधी सर्वांनाच उद्देशून एक-दोनच वाक्यं उच्चारली. पण त्या वाक्यांत पाचही पांडवबंधूंच्या 'रक्ताला' उभारणी देण्याचं बळ होतं. श्रीकृष्णानं पांडवाचं बौद्धिक सारथ्य केलं. कुंतीनं माता म्हणून त्यांच्या पराक्रमाचं सारथ्य केलं.

पांडवमाता कुंतीच्या ठायी झालं तरी हे बळ आलं कुठून? ते आलं तिच्या जीवनात बालपणापासूनच तिच्या रक्ताची कसोटी बघणाऱ्या अनेक प्रसंगांतून. अपत्यहीन कुंतिभोजाला तिच्या जन्मदात्या पित्यानं एका शब्दासाठी तिच्या लहानपणीच देऊन टाकलं. कुंतीच्या जीवनातील महाभारतीय युद्धाची रंगीत तालीम इथंच सुरू झाली. शूरसेनाची पृथा नावाची ही कन्या त्याचा आतेबंधू कुंतिभोजाकडं आल्यामुळे पृथेची कुंती झाली. गांधारीनं पतीसाठी अंधत्व स्वीकारलं, कुंतीनं पित्यासाठी अनाथपण स्वीकारलं. म्हणूनच महाभारतातील कुंती-गांधारी संबंध अत्यंत रोचक व सूचक आहेत. परमसुखातील एक स्त्री परमसुखातील दुसऱ्या स्त्रीची मैत्रीण होईल. पण परमदुःखातील एक स्त्री परमदुःखातील दुसऱ्या स्त्रीचा स्नेह संपादेलच असं नाही. म. व्यासांच्या महाभारतात मात्र हे घडतं. कौरव-पांडव अगदी बालपणापासून एकमेकांशी भांडतात-तंडतात. पण कुंती-गांधारी नाही. जसजसा कौरव-पांडवांतील वैराचा पीळ आवळत गेला, तसतशा कुंती-गांधारी मूकपणेच एकमेकींकडे खेचल्या गेल्या आहेत.

कुंतीचं सर्वांत थोरपण आहे ते सवत माद्रीच्या नकुल-सहदेव या मुलांना आपल्या मुलांसारखंच वागविण्यात व वाढविण्यात. महाभारतीय कुंतीचा हा आदर्श गेली अनेक शतकं अनेक राज्यांत विविध कुटुंबात

अनेक स्त्रियांनी आदर्श म्हणून जपलेला दिसेल. महाभारतातील कर्ण-कुंती ही गंगेकाठची भेट हा प्रसंग विश्वकवी रवींद्रनाथ टागोरांनाही भाष्यासाठी मोह घालून गेला. जशी श्रीकृष्ण ही इतर सर्व व्यक्तिरेखांपेक्षा दशांगुळे पुरून उरणारी व्यक्तिरेखा आहे हे सत्य कृष्ण-गांधारी भेटीत समोर येतं, तसं कर्ण-कुंती भेटीत कर्ण हा दैववशात कौरवांत वाढला तरी पहिला कौंतेयच आहे हे सत्य सरसरून सामोरं येतं. कुंती ही मातृसत्ताक समाजपद्धतीतील खऱ्या अर्थानं मातृप्रेमाची सत्ता अनुभवलेली स्त्री आहे. ती जशी पांडवांची आहे, तशीच कौरव पक्षाकडील कर्णाचीही माता आहे हे वाचकही स्वीकारतो. जीवनभर होलपटलेला कर्ण कुंतीला चार बंधूंच्या जीवनाचं अभय देऊन मातृसत्ताक समाजातील तिचं अटळ उंचीचं स्थान तिला प्रदान करतो. थोडा या प्रसंगाच्या निमित्तानं असाही विचार करून बघावा की, असा काही पेचप्रसंग सोडविण्यासाठी युधिष्ठिर गांधारीला भेटता तर? गांधारी नक्कीच कुंतीसारखी वागली असती!

तशी मानवी जीवनात स्त्री ही अनेक आयामांत वावरत असते. ती कुणाची तरी मुलगी असते, कुणाची तरी आई असते, कुणाची तरी पत्नी असते, भगिनी असते, काकी-मामी असते, आदराची आजी असते. सूक्ष्मपणे बघितलं तरच ध्यानी येईल की, महाभारतातील स्त्रियांतील एकमेव कुंतीच अशी आहे, जी या सर्व नात्यांच्या आयामात एक ठोस भूमिका निभावताना दिसते. इतर जवळ-जवळ सर्व स्त्रियांना या सर्वच नात्यांच्या आघाड्यांवर वावरावं लागलेलं नाही. म्हणूनच 'मृत्युंजय'मध्ये प्रत्यक्ष पितामह भीष्मांच्या तोंडी कुंतीसंदर्भात मी एक विचारपूर्वक विधान केलं आहे. भीष्म म्हणतात, 'कुरूकुलातील सर्वश्रेष्ठ योद्धा आहे ती पांडवमाता कुंती- ती स्त्री असूनही.'

महाभारतीय युद्धानंतर कुंती आपल्या विजयी पुत्रांसह हस्तिनापुरात राहत नाही. ती धृतराष्ट्र गांधारीसह त्यांची सेवा करण्यासाठी वनात जाते. तिथं अकस्मात लागलेल्या वणव्यात जळून दग्ध होते. याप्रसंगी जन्मदाता शूरसेन तिला कुंतिभोजाकडे सोडून जाताना हळहळलेला वाचक पूर्णत: पिळवटून निघतो.

महाभारतातील मानवी मनोव्यापारांच्या दृष्टीनं सर्वांत व्यामिश्र व्यक्तिरेखा आहे ती द्रौपदीची. ती याज्ञसेना आहे. यज्ञाच्या अग्निकुंडातून जन्मलेली अप्रतिम देहसौष्ठव लाभलेली आहे. विपुल केशा आहे. केवढी विपुल

केशा? तर तिचे भृंगवर्णी दाट केस टाचेपर्यंत पोहोचत. महाभारतात आजानबाहू असे पुरुष दोन आहेत- श्रीकृष्ण आणि यादव सेनापती सात्यकी. महाभारतातील इतर स्त्री-व्यक्तिरेखांच्या सौंदर्याचं वर्णन येतं. त्यात शर्मिष्ठा आहे, देवयानी आहे पण द्रौपदीच्या विपुल केशांचं भाग्य एकीलाही लाभलेलं दिसत नाही. ही तिला लाभलेली खास सूचक व स्वर्गीय देन आहे. अग्निकुंडातून जन्मल्यामुळं मानसिकतेच्या स्तरावर द्रौपदी साहजिकच धगधगीत आहे, यज्ञकुंडातील फटकन फुटणाऱ्या ठिणगीसारखी ती स्पष्टवक्ती आहे. वस्त्रहरणप्रसंगी जेवढ्या निर्लज्जपणे दु:शासनानं तिच्या निरीला हात घालून वस्त्र ओढण्याचा यत्न केला, तेवढ्याच कठोरपणे द्रौपदीनं भोवतीच्या बघ्या वीर म्हणविणाऱ्या सगळ्याच पुरुषांच्या पराक्रमाच्या वस्त्रांचं हरण केलेलं दिसतं.

सुडौल विपुल केशा व श्यामल असलेली ही अग्निकन्या 'सुगंधी' होती असं वर्णन आहे. तिच्या सुगंधाच्या कीर्तीचा गंध तत्कालीन आर्यावर्तभर पसरलेला होता. प्रमाणबद्ध आवाहक शरीरसौष्ठव लाभलेली द्रौपदी तिच्या या देवदत्त गुणांमुळंच अनेक वेळा संकटात सापडलेली आहे. महाभारतातील पुरुषी वासनांची दृष्टी वारंवार वळताना दिसते ती एकट्या द्रौपदीकडं. यासाठीच अरण्यात जयद्रथ तिचं हरण करू बघतो. यासाठीच कीचक तिला अंत:पुरात एकाकी पाचारण करतो. भरसभेत दु:शासन तिच्या नेसत्या वस्त्रांना हात घालू धजतो. या सगळ्या प्रसंगांत द्रौपदी ही स्त्री व्यक्तिरेखा सहीसलामत निभावून गेली आहे, एक श्रीकृष्णाच्या सख्यत्वामुळं आणि पती भीमाच्या लाभलेल्या अशरण पराक्रमाच्या कवचामुळं.

महाकवी व्यासांनी मानसिकतेच्या स्तरावर द्रौपदीला किती अगणित प्रश्नांना सामोरं जावं लागणार आहे हे तिच्या विपुल केशांवरून सूचित तर केलं नसेल ना? तिचं मनोद्वंद्व तिच्या विपुल केसांसारखंच अगणित आणि दीर्घ आहे.

महाभारतात द्रौपदीला सूर्यपुत्र व 'स्त्रीणाम् प्रिय:' असं वर्णन आलेल्या, पुरुषी सौंदर्याची खाण असलेल्या कर्णाबद्दल आकर्षण वाटल्याचा स्पष्ट निर्देश कुठेही नाही. तो आला आहे 'जांभुळ आख्यानासारख्या' एका लोककथेतून. द्रौपदीला सूर्यपुत्र, सुंदर महारथी कर्णाबद्दल मनोमन आकर्षण वाटलं नसेलच असं नाही. त्यानं द्रौपदीला व कर्णाला

कोणतीही बाधा येण्याचं खरं तर कोणतंच कारण नाही. द्रौपदी ही 'याज्ञकन्या' आहे. कर्ण हा 'सूर्यपुत्र' आहे. दोघांचंही जन्मस्थान पंचमहाभूतातील 'तेज' हे आहे. तेजाचं तेजाला आकर्षण वाटणं हे कधीही लौकिक अर्थानं शारीरिक स्तरावर असूच शकत नाही.

द्रौपदी या व्यक्तिरेखेचा ती याज्ञसेना आहे हे न विसरता विचार करणंच तिच्या आकलनासाठी गाभ्यापर्यंत जाताना सयुक्तिक ठरतं. तसा विचार करताना मला महाभारतात कुठेच व्यक्त न झालेले अर्धवट राहिलेले दोन प्रसंग प्रकर्षानं विचारात घ्यावेसे वाटतात. पहिला आहे तो वस्त्रहरणाच्या प्रसंगी कुंती हस्तिनापुरात होती. त्या जीवघेण्या प्रसंगानंतर या अलौकिक सासू-सुनेची जी प्रथम भेट झाली असेल ती कशी? काय बोलल्या असतील दोघी? सभागृहात भरभरून बोलणारी द्रौपदी कुंतीसमोर तसंच बोलली असेल काय? का अग्निकुंडासारख्या मनातील उमाळा अनावर झाल्यामुळे सासूच्या गळ्यात पडून हमसून-हमसून फक्त रडत असेल? अनेक सत्त्वपरीक्षा बघणाऱ्या प्रसंगांना तोंड देणारी कुंतीही त्या घुसमटविणाऱ्या रुदनामुळे प्रसंगी चरकली असेल. आपल्या भावक्लांत सुनेच्या पाठीवर मायेनं फक्त थोपटतच राहिली असेल. थोपटणाऱ्या त्या स्पर्शातूनच द्रौपदीला आपली पांचालदेशी दूर राहिलेली माता सौत्रामणीची आठवण झाली असेल. या थोपटणाऱ्या स्पर्शातूनच मूकपणे अपार माया लाभलेल्या द्रौपदीच्या मनी कुंतीबद्दल सासूपेक्षा मातेचा भाव अंकुरला असेल. महाकाव्य महाभारतातील व्यक्तिरेखा समजावून घेताना शोधकाला दोन ओळींच्या मधील अव्यक्तसुप्त अर्थ असे अचूक व तर्कशुद्ध प्रश्न उठवूनच शोधावा लागतो. या मार्गानं जाताना धगधगीत यज्ञकुंडातून जन्मलेली द्रौपदी अंती हिमालयाच्या थंडगार शय्येवर विसावते. या प्रारंभ व अस्त या अटळ जीवनसत्याच्या दृष्टीनं बघणाऱ्याला वेगळीच द्रौपदी दिसू शकते.

नुकतीच 'युगंधर' ही भावकथा हातावेगळी केल्यामुळं तिचा नायक असलेल्या श्रीकृष्णाच्या चरित्राला प्रिय पत्नी म्हणून वेढून राहिलेल्या रुक्मिणी या व्यक्तिरेखेचं चिंतन ताजं आहे. श्रीकृष्णाला रुक्मिणीसह सत्यभामा, जांबवती, कालिंदी, मित्रविंदा, सत्या, लक्ष्मणा, भद्रा अशा आठ पत्नी होत्या. त्यांतील रुक्मिणी ही सर्वार्थानं प्रथम क्रमांकाची पत्नी ठरली. ती महाराष्ट्रातील अमरावती जिल्ह्यातील

कौंडिण्यपूर या नगराची. तिचा पिता भीष्मक उर्फ हिरण्यरोमन. त्याच्या नावातच हिरण्य म्हणजे सुवर्ण— सोनं आहे. स्पष्टच आहे. रुक्मिणी व तिचे बंधू रुक्मी, रुक्मबाहू इ. सगळेच तांबूस गौर असले पाहिजेत. श्रीकृष्णाचा रोज काही ना काही घडविणारा जीवनकाल सर्वाधिक व्यतीत झाला आहे तो दोन व्यक्तिरेखांच्या सहवासात. एक रुक्मिणी आणि दुसरा त्याच्या 'गरुडध्वज' रथाचा सारथी दारुक. म्हणूनच दारुक-श्रीकृष्ण संवादात रथाचे घोडे हा विषय प्रामुख्याने चर्चेत असणार. मी या संवादाला स्पष्ट-स्पष्ट श्रीकृष्णाने दारुकाला सांगितलेली 'अश्वगीता' म्हणतो. रुक्मिणी आकलून घेताना सर्वांत मोठा प्रश्न होता तो एकांतात ती आपल्या योगयोगेश्वर व चक्रवर्ती पतीला काय म्हणून संबोधित असेल हा. या प्रश्नातूनच एक सत्य सापडलं. महाकाव्य रामायण व महाकाव्य महाभारत याचे क्रमशः नायक आहेत श्रीराम व श्रीकृष्ण हे. बालपणी ते राम व कृष्ण अशा साध्या सोप्या नावानं वावरतात. क्रमशः रामाचा श्रीराम होतो- कृष्णाचा श्रीकृष्ण होतो. अशा चढत्या भाजणीनं दोन्ही महाकाव्यांत अन्य कुठली व्यक्तिरेखा आहे का? उत्तर मिळत नाही. मग 'श्री' या उपाधीचा विशेष अर्थ कोणता? व्यक्तिरेखेच्या मुळाकडे जाण्याचा शोध सुरू होतो. शब्दकोश धुंडाळले जातात. 'श्री' या एकाक्षरी संबोधनाला जे अनेकानेक अर्थ आहेत ते जाणून मन थक्क होतं. श्री म्हणजे अपार सौंदर्य. श्री म्हणजे अगाध बुद्धिमत्ता. श्री म्हणजे प्रचंड सामर्थ्य. श्री म्हणजे अनेक सद्गुणांचा समुच्चय— एवढा सगळा चिंतनाचा झपाटा पार पडला की रुक्मिणी एकांतात आपल्या पतीला काय म्हणून संबोधत असेल या प्रश्नाचं उत्तरही पटकन मिळून जातं. ती म्हणत असेल श्रीच!

रुक्मिणी ही श्रीकृष्णाचा श्वासच आहे. आपल्या सातही सवतींना— श्रीकृष्णानं जसं जीवनभर अनेकविध राजकारण्यांना हाताळलं तसं— कौशल्यानं हाताळताना दिसते. ती श्रीकृष्णाचा श्वासच आहे. या श्वासाची खरी दमछाक होते ती जांबवती व सत्यभामा यांचा मनमेळ घालताना. सत्यभामा द्वारकेतील सत्राजित या एका यादवाचीच कन्या आहे. सत्राजित यादवांच्या प्रसिद्ध अठरा कुलांतील आहे. स्यमंतक हा रोज सोनं देणारा मणी लाभल्यामुळं अपार धनिक आहे. यादवांच्या

द्वारकेतील सुधर्मा सभेतील मंत्रिमंडळातील एक तालेवार मंत्री आहे. साहजिकच आहे, त्याची कन्या सत्यभामा शिष्ट व अहंमन्य आहे. तिच्या अगोदर श्रीकृष्णपत्नी झालेली जांबवती ही आदिवासी कन्या आहे. ऋक्षवान पर्वतातील आदिवासी राजा जांबवान याची ती कन्या आहे. साहजिकच आहे, ती सोनेरी द्वारकेतील यादवांच्या राजमंडळात वावरताना बिचकते आहे. सत्यभामा याचा पदोपदी लाभ उठवून तिला दुसऱ्या क्रमांकावरून तिसऱ्या क्रमांकावर ढकलण्याचा पद्धतशीर प्रयत्न करताना दिसते. जांबवतीच्या आदिवासीपणाचा सत्यभामा स्पष्ट निर्देश करून तिचा पाणउतारा करण्याची संधी सोडत नाही. रुक्मिणीला या दोघींच्या मनाचा मेळ घालणं हे महत्त्वाचं काम करावं लागलं आहे. द्रौपदी जशी प्रसंगी धारदार वक्तव्य करताना दिसते, तशी रुक्मिणी दिसत नाही. मात्र रुक्मिणी तेवढीच बुद्धिमान आहे. द्रौपदी भरभरून बोलून आपलं बौद्धिक तेज सिद्ध करते. रुक्मिणी फारच कमी बोलून मूकपणे श्रीकृष्णाचा राजसंसार यशस्वीपणे सावरते. रुक्मिणीचा मनोभाव स्वयंवरापूर्वी तिनं श्रीकृष्णाला लिहिलेल्या एका दीर्घ पत्रात काय तो स्पष्टपणे व्यक्त झाला आहे. तिची व्यक्तिरेखा समजून घेणाऱ्याला त्या पत्रातील शब्द न शब्द पिंजून काढूनच गाभ्याकडे जावं लागेल. लेखकीय आकलनाच्या व सादरीकरणाच्या दृष्टीनं तशी द्रौपदी सुलभ आहे. मौन आणि कर्तबगार रुक्मिणी त्या अर्थानं आव्हानात्मक आहे.

रुक्मिणीचं हरण करून श्रीकृष्णानं नंतर तिच्याशी द्वारकेत शास्त्रशुद्ध विवाह केला. याचा स्पष्टच अर्थ आहे की, माहेर रुक्मिणीला जीवनभरासाठी पारखं झालं. तिची माता शुद्धमती तिला पुन्हा भेटू शकली नाही. इथंच रुक्मिणी आणि द्वारकेची महाराणी देवकी यांची नाती कशी असतील हा प्रश्न उभा ठाकतो. (द्वारकेचा अभिषिक्त राजा वसुदेव आहे. श्रीकृष्ण नव्हे. महाराणी देवकी आहे. रुक्मिणी नव्हे.)

माहेर कौंडिण्यपूरला पारख्या झालेल्या रुक्मिणीला खरं बंधुप्रेम दिलं आहे ते उद्धवानं. उद्धव ही श्रीकृष्णचरित्रातील अर्जुनाएवढीच महत्त्वाची व्यक्तिरेखा आहे. अर्जुन श्रीकृष्णाचा सखा होता. उद्धव श्रीकृष्णाचा भावविश्वस्त होता. म्हणूनच उद्धव-रुक्मिणी ही भावनाती

श्रीकृष्णचरित्रात अत्यंत मोलाची ठरतात. फक्त एकच विचार चिंतनासाठी दिला तरी पुरेसा आहे की, रुक्मिणीच्या ऐवजी सत्यभामा श्रीकृष्णाची प्रथम व प्रिय पत्नी झाली असती तर? हस्तिनापुरात जे कौरव-पांडवांचं झालं तेच द्वारकेत अठरा यादवकुलांत झालं असतं. सत्यभामा ही अशक्य शत्रूचं निर्दालन करून क्षणभर थांबलेल्या श्रीकृष्णानं सोडलेल्या उष्ण निःश्वासासारखी आहे. रुक्मिणी श्रीकृष्णाच्या दैनंदिन जीवनातील श्वासासारखीच आहे!

रुक्मिणी, गांधारी, कुंती, द्रौपदी या तशा स्वतंत्र ग्रंथांच्या अधिकारी व्यक्तिरेखा आहेत. तूर्तास त्यांच्याबद्दल एवढंच!

◆

तुका म्हणे

'तुका म्हणे' या ब्रह्मनांदीच्या गजरानं गेली चार शतकं रांगड्या महाराष्ट्राचा आत्मा कसा नखशिखांत न्हाऊन निघाला आहे. याची नेमकी— बिनतोड नस काय असावी? या दोन अक्षरी महामंत्राचं अचूक रहस्य असावं तरी काय? उभ्या महाराष्ट्राला हयातभर खळाळ हसवणारे आचार्य अत्रे आपल्या विशाल उदराचा प्रचंड नगारा, हसताना गदगद हलवीत सहज म्हणून जात- 'ज्याच्या घरी नाही तुकोबाची गाथा- त्याच्या कमरेत हाणा दोन लाथा!'

एरवी हसून खिदळूनच कोणताही मुद्दा महाराष्ट्राला पटविणारे आचार्य, तुकोबाचं मात्र नाव निघालं की त्यांचा अनादर करणाऱ्यांवर हे असे हमरीतुमरीवर येत ते का? पुणे-मुंबई किंवा मुंबई-पुणे असे जाता येता ते केव्हाही तुकोबांच्या देहूला जाऊन त्यांच्या समाधीवर आपला माथा लहान मुलाच्या नम्रभावानं भिडवत तो का? भल्याभल्यांना लटलटा कापायलाच लावणारे आचार्य अत्रे तुकोबांचं नावही निघालं तरी गोगलगायच होत ते का? काय सरस्वती व शारदीय रहस्य असावं या नातेसंबंधाचं?

एकट्या आचार्य अत्रेंच्याच नाही, अनेकानेक मऱ्हाटमोळ्यांच्या मनी संतशिरोमणी तुकोबारायांबद्दल हाच भाव नाही का? 'ज्ञानदेवे रचिला पाया...।' असा प्रारंभ ज्या वारकरी, भागवती तत्त्वज्ञानाचा झाला, त्याचा शब्दशः कळसच तुकोबांनी गाठला. ज्ञानोबांचा कालखंड

हा देवगिरीच्या यादवांच्या सरत्या राजवटीचा कालखंड. अल्लाउद्दीन खिलजीच्या निर्भय आक्रमणाचा कालखंड. तुकोबांचा कालखंड हा ज्ञानोबानंतर बक्कळ चारशे वर्षांनंतरचा आहे. मधे अनेक उलथापालथी झाल्या. बाबराची पायवाट धरून तैमूरलंगाचे वारस आक्रमक म्हणून इथं आले. त्यातील सर्वांत जुलमी व एका हाती तलवार व दुसऱ्या हाती कुराण घेऊन काफरांवर जिझिया नावाचा कर लादणारा औरंगजेब हा तुकोबांकाळी महाराष्ट्रात 'दक्षिण सुभा' म्हणून होता. या काळात ज्ञानोबा ते तुकोबा ही भागवती तत्त्वज्ञाची संतत विचारधारा महाराष्ट्रात टिकून कशी राहिली? पंढरीची अखंड वारी टाळ-मृदंगांच्या गजरात कशी गर्जत राहिली? अठरापगड जनसामान्यानं वारकरी पंथाची पताका निरपेक्ष निष्ठेनं खांद्यावर घेतली हे त्याचं ऐतिहासिक व सामाजिक कारण आहे.

तुकोबांचा काळ हा छ. शिवरायांचा काळ. राजकीयदृष्ट्या अत्यंत धामधुमीचा काळ. या काळातच तुकोबा व रामदास हे दोन जबरदस्त संत नांदून गेलेत. गाथा आणि दासबोध या त्यांच्या काळजयी व समाजाला वास्तवाच्या दर्पणात बघायला भाग पाडणाऱ्या साहित्यिक रचना याच कालखंडानं उठविल्या. विक्रम, वैराग्य आणि व्यवहार हा कुठल्याही राष्ट्रजीवनानं आदर्श ठरवावा असा दुर्मीळ विचार त्रिवेणीचा संगम घडला तो याच काळात. याच म्हराटदेशी.

ज्ञानोबाच झाले नसते तर? पुढे शिवरायाला हाती हत्यार पेलणारे मावळेच मिळाले नसते! देवगिरीच्या यादवांचा पराभव करणारा खिलजी किंवा त्याचा वारस महाराष्ट्रभर पाय रोवून पसरला नाही. नाही तर हा देश तेव्हाच कांजीवरम ते काबूल इस्लाम झाला असता. अल्लाउद्दीन खिलजीनंच तो एतद्देशीय मलिक काफूरच्याच मदतीनं केला असता.

इतिहास सांगतो, अशीच कसम खाऊन औरंगजेबही बापाला मारून तख्तनशिन झाल्यावर प्रचंड फौजफाटा व खजिना घेऊनच दक्षिणेत उतरला होता. त्यालाही छ. शंभुराजे व संताजी-धनाजींच्या कडव्या व चिवट झुंजीसमोर हात टेकावे लागले.

बऱ्याच विचारावंतांची अशी ठाम समजूत आहे की, भागवती संतांनी इथल्या समाजपुरुषाला दुर्बल केलं, देवदारी व निर्बल केलं. हा आरोप, घडलेल्या वास्तवाचा कठोर व निष्पक्ष पंचनामा केल्यावर

टिकतो काय हेच बघायचं आहे. हे बघणं रंजक जसं आहे तसंच ज्ञानवर्धक व प्रबोधकही आहे.

अगदी याच प्रकारचं वास्तव उदाहरण आधुनिक भारताच्या स्वातंत्र्यलढ्याच्या वेळीही घडलेलं आहे. १८५७ पासून १९४२ पर्यंत दीर्घकाळ पसरलेला हा स्वातंत्र्यलढा आहे. रामकृष्ण परमहंस व स्वा. विवेकानंद यांचा काळ यातीलच. कुण्याही 'विचारवंतानं' त्यांना कधीही- 'तुम्ही का नाही उतरत या स्वातंत्र्यलढ्यात?' असा प्रश्न केलेला नाही. आज विश्वभर १५० वर रामकृष्ण आश्रम कार्यरत आहेत. इंग्रजी राजवटीतच रामकृष्णांच्या आश्रमाची पेरणी झाली हे आकाशसत्य नीट समजलं तरच 'तुका म्हणे' या एका मावळी संताला वेदांच्या ऋचेचं मोल जनमानसात कसं प्राप्त झालं हे नीट समजू शकेल. 'तुका म्हणे' या द्विअक्षरी मंत्रातील गारुड सरलेलं नाही हे कळेल.

तुकोबांना एक सत्य त्यांच्या जित्याजागत्या हयातीतच कळून चुकलं होतं. येथील व्यवहारापासून फारकत घेऊन नुसताच टाळ पिटू बघणारा अठरापगड समाजपुरुष एकारलेली विचारधारा घेऊन चालला आहे. यासाठीच त्यांनी 'तुका म्हणे' अशी अचूक सरशी हाती घेऊन समाजपुरुषाच्या डोळ्यांत झणझणीत अंजन घातलं आहे.

हे कार्य तुकोबांनी ज्या परखड, निरपेक्षवृत्तीनं व सकस नि प्रभावी मराठीत केलेलं आहे त्याला तोड नाही. खरंतर याची कृतज्ञ जाणीव म्हणून कुठल्याही बोर्डानं १० वी व १२ वीच्या परीक्षेत मराठी घेऊन सर्वप्रथम येणाऱ्या विद्यार्थ्याला 'तुकाराम' नावाचा एव्हाना पुरस्कारही दिला असता. तसं अद्याप तरी नाही घडलेलं.

व्यवहाराच्या पातळीवर तुकाराम केवढे परखड व निरपेक्ष होते त्याचं त्यांच्या चरित्रातील एकच उदाहरण बोलकं व पुरेसं आहे. त्यांनी प्रत्यक्ष छ. शिवरायांचा नजराणा परत पाठविला!

तोही तुका म्हणे- 'धन आणि सोने आम्हा मृत्तिकेसमान!' असं म्हणतच. त्यांचं हे उत्तर ऐकणारा, त्यांना नीट पारखणारा राजा शिवाजीच होता हे ठीक. तो औरंगजेब असता तर! याचा तात्पर्यार्थ एवढाच की 'तुका म्हणे' ते ते प्रत्यक्ष रायगडावर अभिषिक्त छत्रपतीलाही नम्रपणे-

संदेहाची सुटली गाठी । झालो पोटी शीतल ।।
तुका म्हणे मंगल आता । कोण दाता याहुनी ।।

अधम माणसाला आपल्या काव्यकवेत घेताना तर तुकोबा आपल्या वैष्णववैभवी प्रतिभेला खासच कौल लावून बसलेले वाटतात. ते अधम मानव हुबेहूब उभा करताना म्हणतात-

गाढवाचे तान्हे । पालटते क्षणे ।।
तैसे अधमाचे गुण । एकविध नाही मन ।।
तुका म्हणे भुंकते वेळे । वेळ अवेळ न कळे ।।

गाढवाच्या नवजात शिंगरासारखे अधमाचे गुणधर्म असतात. क्षणाक्षणाला ते पालटतात. त्या शिंगराला केकाटताना वेळ अवेळ काहीच नसते! तसाच अधम असतो. वेळी-अवेळी तो कुणाबद्दलही हवं तसं बरळत असतो. काही काही माणसे ही परनिंदा करण्यासाठीच जणू जन्मलेली असतात. तोंडभर परनिंदा हाच त्यांच्या आत्म्याचा खुराक असतो. परनिंदेशिवाय त्यांचा दिवसच काय, घटकाही नव्हे तर पळभरही जाऊ शकत नाही. असा अधम वेळीच पारखला पाहिजे. तुकोबांच्या जीवनात त्यांना 'टाळकुट्या' म्हणणारे असे अनेक अधम भेटलेले होते. त्यांना वेळोवेळी तुकोबांनी कठोर फटकारले तरीही काही ते सुधारले नाहीत. शेवटी कंटाळून त्यांनी म्हटलं आहे- 'निंदकाचे घर असावे शेजारी!'

तसे तुकाराम महाराज समाजाकडे सतत दूरदृष्टीच्या लांबच्या पल्ल्याच्या दृष्टीने नेहमीच बघत आल्याचे दिसतात. गीतेचा कर्मयोग त्यांनी जीवनानुभवावर कोळून प्राशन केला होता. कसलेही परिश्रम न करता 'झटपट पिंजारी' असं यशाचं रूप ते कधीच स्वीकारताना दिसत नाहीत. म्हणतात-

बिजापोटी पाहे फळ । विध न करता सकळ ।
तया मूर्ख म्हणावे वेडे । कैसे तुटेल साकडे? ।।

तुकोबांच्या अशा रचना वाचल्या की एका मजेदार साधर्म्याचं जाणत्याला विलक्षण नवल वाटल्याशिवाय राहत नाही. जशी समर्थांनी मूर्खाची मार्मिक लक्षणं सांगितली आहेत तशीच व तेवढ्याच मार्मिकपणे तुकोबांनीही सांगितली आहेत. दोघेही एकाच कालखंडातले— छ. शिवरायांच्या काळातले. दोघांचाही छ. शिवरायांचा मर्मबंधाचा संबंध आल्याचे स्पष्ट पुरावासिद्ध दाखले मिळतात. एवढं असूनही दोघेही १६७४ च्या शिवाजीरायांच्या राज्याभिषेकाला आले नव्हते.

जसे रामकृष्ण परमहंस व पुढे त्यांचे विश्वविख्यात शिष्य झालेले स्वा. विवेकानंद हे कधीच भारताच्या स्वातंत्र्यलढ्यात उतरले नव्हते तसंच आहे हे. तुकोबा व रामदास एकमेकांना भेटल्याचाही कुठे संदर्भ सापडत नाही. त्यामुळे फारसं काही बिघडतही नाही. 'Great men think alike' या विश्वविख्यात न्यायानं दोघांनाही समजून घेता येतं.

दूरदृष्टीनं परिश्रम न करताच यश लाभावं अशी इच्छा करणाऱ्याला तुकोबांनी पेरणी, लावणी, भांगलणी असे आवश्यक ते परिश्रम न करताच पाटीतल्या बियाण्यातच उद्याचं पीक आजच बघू पाहणाऱ्या उतावीळ शेतकऱ्याची उपमा देऊन त्याला मूर्ख म्हणून संबोधलं आहे. तुकारामांची अभंगांतील सर्व प्रतिमाने ही अशी अवती-भवतीच्या राबत्या शेतकरी संस्कृतीतून अचूक टिपून आपल्या मंत्रभारित शैलीत सर्व अभंगभर पेरलेली आढळतील.

ज्याचं 'मन' शुद्ध नाही त्याच्या नाना खटपटी व्यर्थच आहेत, हा लाख मोलाचा तुकोबांनी दिलेला अमृतमय संदेश आजही नीट ध्यानी ठेवून त्याचं सार कधीच डोळ्यांआड होऊ देऊ नये असाच आहे. वरवरची तकलादू शुद्धी काय कामाची असा रोकडा सवाल करून मनाच्या मळाच्या गाभ्याला फार कठोरपणे भिडताना भेटतात. हे तुकोबा सर्वस्वी आगळेवेगळे वाटतात. तांडव प्रलयंकर नृत्य करणारे रुद्रप्रतापी दाहक असे ते भासू लागतात. अगदी सहज म्हणून जातात- 'नाही निर्मळ मन । काय करील साबुन?' या झणझणीत अंजनाची मात्रा कमी पडली असं वाटून त्यांच्या ठायीचा- 'जे न पाहे रवी । ते पाहे कवी' अशा ढंगाचा प्रखर समाजप्रबोधक लिहून जातो की-

देवपूजेवरी ठेवूनिया मन । पाषाण पाषाण पूजी लोभे ।
तुका म्हणे फळ चिंतिती आदरे । लाघव हे चार शिंदळीचे ॥

काही एक लोभ मनात ठेवून वरवर षोडशप्रकारांची पूजा करणारे लोक काय करीत असतात? तर ते स्वत: दगड बनून दुसऱ्या एका दगडाची (देवाची) पूजाच करीत असतात. अशा सर्वथा फसव्या पूजेचा उपयोग तरी काय? काहीच नाही! कारण त्यांचं हे पूजाकर्म वेश्येनं दाखविलेल्या बिकाऊ लाघवासारखंच फसवं नाही काय?

तुकोबांनी समाजपुरुषाच्या पाठीवर असे रोकडे कोरडे ओढताना कसलाही हातचा म्हणून बाकी ठेवलेला नाही. सर्व अंगभर 'सावळे सुंदर' असं आपल्या विठोबाचं अत्यंत रसभरीत वर्णन करणारे तुकाराम महाराज भावहीन भक्तासमोर तो एक 'दगड' आहे असं कठोर वास्तव मांडायलाही कमी करीत नाहीत.

तारतम्य न ठेवता कुठल्याही मनोभावाने आचरण करणाऱ्या महाभागांना प्रसंगी तुकोबा कान पकडूनही खडसावयाला कमी करीत नाहीत! म्हणतात की-

गव्हाचिया होता परी । फकेवरी खाऊ नये ।

सांजा, शिरा, शेवया, पुरणपोळ्या असे गव्हाचे नानाविविध प्रकार तयार होतात म्हणून नुसत्या गव्हाच्या पिठाचेच फक्के मारून कुणीही खाऊ नयेत! ते कधीतरी हितकर ठरेल काय? अनेक माणसांची जेवतानासुद्धा एक बेंगरूळ खोडच असते. तिच्यामागं त्यांचा एकच (अ)विचार असतो. सगळे अन्नपदार्थ शेवटी पोटातच जाणार ना? मग करा ताटातल्या सर्व पदार्थांचा एकच 'गोपाळकाला!' मग ओरपा हूं म्हणून. भवतीचे नाक मुरडीत असताना त्यांना व स्वत:लाही विसरून! काय उपयोग अशा खाण्याचा? जीवनातील कोणतीही कृती असो, तिच्या कर्त्याचं त्यात विचारपूर्वक निवडलेलं 'तारतम्य' दिसायलाच हवं. कोणतंही कर्म नीटनेटकंच हवं.

ज्ञानोबा ते तुकोबा सर्वच भागवतपंथीय वैष्णवांचा आदर्श पूर्णपुरुष श्रीकृष्ण होय. त्याची गीता तर त्यांच्या जीवनमार्गावरची वाटाडी. गीतेचे सर्व जीवनादर्श सर्व भागवती संत स्त्री-पुरुषांनी गीतेतून उचललेले दिसतील. आज हजारो वर्षं श्रीकृष्णाचं एक आशयधन तत्त्व अबाधित

नांदत आलं आहे. ते आहे-

परित्राणाय साधुनाम् । विनाशायच दुष्कृताम ।
धर्मसंस्थापनार्थाय संभवामि युगेयुगे ।

अर्थ सरळ व सोपा आहे. सज्जनांचं संरक्षण करण्यासाठी व दुर्जनांचं निखंदन करण्यासाठी मला युगामागून युगं युगंधर बनून अवतारकार्य करावं लागतं.

या 'अवतार' या संकल्पनेत भारतीय समाज गुरफटून पडला आहे. हजारो, लाखो भारतीयांची अशी जाम धारणा आजही आहे की, 'अवतार' म्हणून जी कोणी परमेश्वर नावाची परमशक्ती असेल ती भविष्यात कधी ना कधी येणार आहे. कसं असेल तिचं रूप? तर सहस्त्र मुखांचं, सहस्त्रावधी हातांचं, डोळ्यांचं ते असेल. आजच्या विकसित विज्ञानाच्या काळात तरी हा बावळटपणा शक्य तितक्या लवकरात लवकर टाकला पाहिजे. मग गीतेच्या तत्त्वज्ञानाप्रमाणं 'अवतार' या शब्दाचा अर्थ तरी काय?

'अव' म्हणजे खाली. तारण्यासाठी खाली उतरतं ते तेज म्हणजे अवतार! गीता हेही स्पष्ट करते की, 'परमेश्वर म्हणून मी प्रत्येक जिवाठायी अंश रूपानं आहेच.'

याचा स्पष्ट अर्थ असा आहे की, अन्यायाचं निर्दालन व न्यायाचं संस्थापन करण्यासाठी अहोरात्र जे निकरानं लढतात त्यांच्या ठायी ही अंशमात्र शक्ती प्रखर मात्रेनं उतरलेली असते. आपल्या समाजपुरुषात अशा अवतारी पुरुषांची दीर्घ मालिकाच दिसेल. छ. शिवराय, स्वा. विवेकानंद, रामकृष्ण परमहंस ही त्यांची उत्कृष्ट उदाहरणं आहेत. स्वतः तुकाराम महाराज हे अशा पोचलेल्या पुरुषांपैकीच एक 'अवतारी' पुरुष नाहीत काय? म्हणूनच त्यांच्या 'तुका म्हणे' या दोन अक्षरी मंत्राला ऋग्वेदाच्या एखाद्या आशयसंपन्न ऋचेचं मोल आपोआपच आलं. उभ्या महाराष्ट्राच्या अठरापगड विराट समाजपुरुषानं गेली चार शतकं 'तुका म्हणे' ही ऋचा टाळ-मृदंगाच्या रंध्रप्रेरक वैष्णवी गजरात सभान मिरविली आहे. तुकारामांसारखा अवतारी संतपुरुष म्हणूनच अगदी सहज लिहून जातो की-

मुंगी आणि राव । आम्हा सारखाचि जीव ।
गेला मोह आणि आशा । कळिकाळाचा हा फासा ।
सोने आणि माती । आम्हा समान हे चित्ती ।
तुका म्हणे आले । घरा वैकुंठ सगळे ।

घरातच वैकुंठ आल्याचा हा अनुभव येणं ही सामान्य अनुभूती
नव्हे! घरातच पंढरपूर सजलंय हे कृतार्थपणे म्हणणारे तुकोबा केवढ्या
परमशांतीच्या शिखरावर पोचले होते!

या उंचीला येण्यासाठी तुकोबांनी अनेक आघात सोसले होते.
त्यांचं जीवनसुवर्ण अनेक कठोर परीक्षांच्या मुशीतून तावूनसुलाखून
निघालं होतं. या सोशिकपणाचा तर ते सार्थ गौरवानं आपल्या स्वर्गीय
काव्यरचनेत आवर्जून उल्लेख करतात. म्हणतात-

हिरा ठेविता ऐरणी । वांचे मारिता जो घणी ।
तोचि मोल पावे खरा । करणीचा होय चुरा ।
तुका म्हणे तोचि संत । सोसी जगाचे आघात ।

खरा कसदार, मूल्यवान हिरा ऐरणीवर चढवून त्याच्यावर घणाघात
केला तरी तो मुळीच भंगत नाही. नकली-बनावट असतो त्याचा चुरा
होतो. सच्चा संत तोच असतो जो जगाचे अज्ञानापोटीचे कठोराघात
हसत हसतच झेलत असतो.

ज्यांना काहीच करायचं नसतं ते एकामागून एक अडचणींचे डोंगर
उभे करताना आपण रोजच्या जीवनात अनेकदा बघतो. त्यांचं आपलं
एकच पालुपद असतं- 'हे झालं तर, ते तसं घडलं तर' असं. एखाद्याला
काम सांगावं- 'रंकाळ्यावर जा आणि झणझणीत भेळीचे दोन पुडे घेऊन
ये.' ज्याला जागचं हलायचंच नाही तो खुमासदार अडचणींचं पालुपद
सुरू करतो. 'तिथं गेलो आणि भेळीची गाडीच नसली तर! झणझणीत
नाही, गोडी मिळाली तर! स्कूटरनं गेलो असतो पण तिचा स्टार्टरच बिघडलाय!'
या अशा 'नन्नापुरुषां'च्या हातून समाजाचं कुठलंच काम कधीच मार्गी
लागलेलं नाही, लागणार नाही. अशा नन्नापुरुषाचं सार्थ नि चपखल
वर्णनही तुकोबांच्या वैष्णवी चिमटीतून निसटलेलं नाही. ते म्हणतात-

ढेकणासी बाज गड । उतरचढ केवढी ।
बोरामध्ये वसे अळी । अठोळीच भवती ।
बेडकाने चिखल खावा । काय ठावा सागर?

आपल्याच रिंगणात मग्न असलेल्या अशा पराक्रमशून्य मानवांच्या हातून काय घडणार? संतश्रेष्ठ तुकोबा म्हणतात की रोजची बाज ढेकणाला एखाद्या दुर्लंघ्य गडासारखी वाटत असते. अशा गडाची चढउतार म्हणजे त्याच्यासाठी केवढी यातायात! त्याची बाज हेच त्याचं विश्व. बाजेबाहेरचं जग त्याला माहीतच नाही! तो जागा कसा होणार आणि आत्मोद्धार तरी कसा काय करून घेणार? एखाद्या टपटपीत बोरातील अळी आठळीभवतीच म्हणजे बीभोवती वेढा घालून बसते. तिला आठळी व बोर यापरतं जग माहीतच नाही. तशीच बेडकाचीही कथा. त्याला त्याच्या डबक्यातील चिखलच खायला मिळणार. त्याला त्या पार जीवनाचा सिंधुसागर आहे हे माहीतच नाही. तो त्या सागराचं डोळाभर दर्शन कसं काय करणार?

हा ढेकूण, ती अळी, तो बेडूक यांची आपल्या अजर काव्यात वर्णी लावणाऱ्या तुकोबाचं भवतीच्या नांदत्या वास्तव जगाचं किती सूक्ष्म व सुप्रभ निरीक्षण होतं हे बघून कुणीही थक्कच व्हावं.

महर्षी व्यासांबद्दल एकाच शब्दात वर्णन करताना सार्थपणे म्हटलं जातं की- 'व्यासोच्छिष्टम् जगत् सर्वम्!' व्यासांनी सर्व जग उष्टावलेलं आहे. संतश्रेष्ठ तुकोबांची अशी सशक्त रचना वाचताना सहजच म्हणावंसं वाटतं की 'तुकोबा हासुद्धा मराठीतील व्यासच नाही काय?'

यापेक्षा 'तुका म्हणे' या द्विअक्षरी मंत्राचा अधिकारी तुकोबा अधिक समजून घ्यायचा म्हटलं तरीसुद्धा त्याच्याच अभंगाचा आश्रय घ्यावा लागतो. खरोखरच तुकाराम अंबिये हे विठूमाउलीला पडलेलं एक गोजिरवाणं साहित्य स्वप्न होतं.

देहूच्या तुका वाण्यानं कधीही 'समुद्र' बघितला नव्हता. नांदतं बंदर बघणं मग तर दूरच. तोच हा मराठीतल्या सामान्यांचा लाडका महाकवी चक्क लिहून जातो-

तारू लागले बंदरी । चंद्रभागिचिये तिरी ।
लुटा लुटा संतजन । अमूप हे रासी धन ।
झाला हरीनामाचा नारा । सीड लागले फरारा ।
तुका जवळी हमाल । भार चालवी विठ्ठल ।

जीवनमुक्तीच्या कृतार्थ अनुभूतीचं एवढं प्रत्ययकारी, हृदयवेधक शब्दबद्ध वर्णन मराठीत अन्यत्र सापडलं तर फक्त ज्ञानोबांच्या 'पसायदाना'तच सापडेल. यासाठीच विलक्षण, जाणत्या पूर्वसुरींनी दोघांनाही सार्थपणे एकाच रचनेत गुंफलंय- साथ साथ चारशे वर्षांचा एरवी प्रदीर्घ वाटावासा काळही एकाच टाक्यात जाम बांधूनही ठेवलाय-

ज्ञानदेवे रचिला पाया । तुका झालासे कळस ।।

◆

देहोपनिषद

दुर्गाबाई गेल्या. वार्ता ऐकताना मन काही क्षण सुन्न झालं. काही काही महानुभाव चटका लावणारी— सततचा चटका लावणारी खिन्नताच मागं ठेवून महायात्रेचं प्रस्थान ठेवतात. नाशिककर तात्यासाहेब शिरवाडकर असेच जाता जाता तुम्हा-आम्हासाठी एक लाखमोलाचा योग देऊन गेले. प्रेमयोग! 'प्रेम कुणावरही करावं...' असं सांगणारा. आता दुर्गाबाई. एक सर्वार्थानं नवंच उपनिषद देऊन गेल्या आहेत. देहोपनिषद!

त्यांची शेवटची कविता या शीर्षकाची आहे. केवढं खिळवून ठेवणारं आहे हे एकाक्षरी शीर्षक! मध्यप्रदेशात आदिवासींच्या अभ्यासासाठी वास्तव्याला असताना चिरलेल्या एका विषारी रानसुरणानं त्यांना दैहिक मरणयातना दिल्या. त्या अंगभूत अपार सोशिकतेनं पेलत त्यांनी उदंड लिखाण केलं. लिखाणही असं, की त्याला अभिजाततेशिवाय तोलतागडी नाही. पण गेल्या दोन-एक वर्षांत हा देहच त्यांना साथ देईना. मग आतल्या अंगानं त्या ज्या उंचीवर पोचल्या होत्या तिथून त्यांची सोनेरी प्राणचिमणी आतल्या अपार कृश देहाकडे स्थितप्रज्ञ— अलिप्त नजरेनं टुकुटुकु बघत राहिली. असं बघतानाही तिनं आपल्या सर्जनतेचं अभिजातपण नाही सोडलं. काही झालं तरी सोनेरीच होती ती! अखेरचं चिवचिवली तेही जाणत्यांच्या देहभर वाचता-ऐकताना रोमांच उभे राहावेत अशा एकाक्षरात— देहोपनिषद! त्या उच्चारानं पूर्वीची सर्व उपनिषदं अंगभर लाजली. याला अभिजातता नाही तर दुसरं काय म्हणणार कुणीही झालं तरी?

आजही स्पष्ट आठवतंय, 'मृत्युंजय'च्या वेळी वाचलेलं (अभ्यासलेलं) व्यासपर्व. दुर्गाबाईंच्या जवळजवळ सर्वच ग्रंथांची नावं आशयसंपन्न काव्यात्मच दिसतील. महाभारताची पर्वं अठरा, श्लोक लाखभर. या महाकाव्याचं सृजन करणारे महर्षी व्यास स्वत:च एक व्यक्तिरेखा म्हणून कथेत अनेकदा भेटणारे. या महाकवीच्या अंगच्या नाना काव्यकळा वाचकांना उकलून दाखवायच्या आहेत. त्यांनी ग्रंथाला नावच दिलं 'व्यासपर्व'. व्यासपर्वाचा मी अनेकदा सगौरव उल्लेख केला आहे. (आज दुर्गाबाई नाहीत म्हणूनच धाडसानं व्यासपर्वाविषयी थोडंसं अधिक मात्रेचं बोलतो आहे!) व्यासपर्वावर लिहिताना ते 'एकोणिसाव्या क्रमांकाने लिहिलेलं महाभारताचं पहिलंच पर्व आहे' असं कुठल्याही जाणत्या समीक्षकानं म्हटलं नाही. 'व्यासपर्व' हा संपूर्ण ग्रंथच महर्षी व्यासांची ललितरम्य आकृतिबंधात घेतलेली एक सशक्त अखंड व्यक्तिरेखा आहे. अगदी पु. लं.च्या 'व्यक्ती आणि वल्ली'त रेखलेल्या कुठल्याही व्यक्तिरेखेसारखी. दुर्गाबाईंच्या लिखावटीचा आतला गर्भपोत कसदार काव्यात्मतेचा होता. कळसूबाईच्या डोंगरमाथ्यावरून खळाळत उड्या घेत येणाऱ्या पारदर्शी झऱ्याचाच वाण होता तो. त्यामुळं त्यांनी हाती घेतलेला कितीही अवघड विषय वाचकांना अजोड आनंद देत राहिला. खिळवून ठेवत राहिला.

ऋतुचक्रातील मेघश्याम आषाढ किंवा मायावी माघ यांसारखी शीर्षकं घ्या. या नावातच एक लोभस खळखळ आहे. व्यासपर्वातील कोंडलेलं क्षितिज (अश्वत्थामा) एकाकी (कर्ण) किंवा माणसात विरलेला माणूस (श्रीकृष्ण) ही उपशीर्षकं घ्या, मोजक्याच काव्यमय शब्दांत जेव्हा हाडामांसाच्या प्रचंड विक्रमी व्यक्तिरेखेला दुर्गाबाई बसवतात, तेव्हा वाचक नावापाशीच थांबून अंतर्मुख होतो. काही असामी आकाशाचं जन्मदत्त लेणं घेऊनच आलेल्या असतात. स्वामी विवेकानंदांनी सर्वधर्मपरिषदेत अमेरिकेत, 'माझ्या अमेरिकन बंधू-भगिनींनो!' असं नुसतं म्हणताच अविरत टाळ्यांचा काही काळ नुसता गजरच होत राहिला. असं का घडलं? त्या हजारो कानांना कैक वर्षं 'सभ्य स्त्री-पुरुष हो' (लेडीज अँड जंटलमेन) हेच शब्द ऐकायला मिळत होते. 'बंधू-भगिनींनो' हे काहीतरी नवखं होतं. आपलं होतं. हवंहवंसं होतं. त्याचा प्रतिसाद टाळ्यांनीच मिळणार होता.

दुर्गाबाईंचं 'देहोपनिषद' हा काव्यात्मविचार घेऊन आलेले अखेरचे उद्‌गार मला त्यांच्या सृजनशील व्यक्तिमत्त्वाचं सारच वाटतात. त्या अन्य काहीही म्हणाल्याच नसत्या.

'मुंगी उडाली आकाशी-
तिने ग्रासिले सूर्याशी!'

असा ज्ञानोबांच्या मुक्ताईचा जीवनवसा जोपासणाऱ्या दुर्गाताई साक्षात मृत्यूला म्हणाल्या, देहोपनिषदाच्या पायघड्या घातल्या आहेत, केव्हाही ये! त्या 'मृत्युंजय' झाल्या! त्यांच्या प्रेरक आश्वासक स्मृतीला माझी विनम्र भावांजली!

◆

साहित्य म्हणजे काय?

'मानवी भावनांचा सहजस्फूर्त आविष्कार म्हणजे कविता' असं विख्यात आंग्ल कवी वर्डस्वर्थनं म्हटलं आहे. ते कवितेबाबत जेवढं सत्य आहे तेवढं इतर साहित्य प्रकारांबाबत आहे असं मात्र म्हणता येणार नाही. एखादं नाटक, एखादी कथा, एखादी कादंबरी यांचा आकृतिबंधच एवढा व्यापक मागणी घालणारा असतो की तिथे सहजस्फूर्तता लागूच पडत नाही. हाती घेतलेल्या विषयांचा अभ्यास, पुरेसं व खोलीवरचं तत्संबंधीचं चिंतन हे सुद्धा अंतिम प्रकटनापूर्वी पुरतं तपासून घ्यावं लागतं. त्यासाठी कथावस्तूचा 'नायक कसा वागणार नाही' हे लेखकाला पूर्णतः स्वतःशीच प्रथम आकलून घ्यावं लागतं.

आजच्या २१ व्या वैज्ञानिक प्रगतीच्या काळातही काही विषय असे आहेत की जे त्रिकालाबाधित आहेत. विज्ञान त्यांना कालबाह्य म्हणून वेगळं काढू शकलेलं नाही. आई— मग ती भारतीय असो, अमेरिकन असो की चिनी असो. जीवशास्त्राच्या नियमाआधारे तिची मूलभूत तत्त्वं सारखीच असतात. स्वर्गीय यशवंतरावांची किंवा माधव ज्युलियनांची 'आई' ही कविता त्यासाठीच शिळी होऊ शकत नाही, होणारही नाही. माथ्यावरचा सूर्य आपण नेहमी बघतो. कधीही तो आपणाला शिळा वाटला आहे काय? त्याची जीवनदायी किरणं भारताच्या काय नि रशियाच्या काय, कुठल्याही भूमीवर आपलं कार्य सारखंच करीत असतात. यासाठी साहित्य म्हणजे काय नाही हे प्रथम तपासलं पाहिजे.

लिहिलं जातं ते सर्वच साहित्य मानावं काय? तशी रोज परटाला कपडे देताना आपण त्याची यादी करतो किंवा किराणा दुकानदार सामानाची यादी करतो तेही साहित्य होऊ शकेल. केवळ शब्दांची 'जगलरी' म्हणजे साहित्य नव्हे.

आज विज्ञान एवढ्या पराकोटीला पोचलं आहे की, त्याचा निर्माता मानणारा मानवच थक्क झाला आहे. साहित्याच्या मूलतत्त्वाचा शोध खरं तर विज्ञानातून अधिक काटेतोलपणे घेता येतो. कसं ते बघणं फार आशयपूर्ण व ज्ञानानंद देणारं आहे. मानवानं लावलेला कोणताही शोध हा शोध आहे. ती निर्मिती नाही. जे अवगुंठलेलं होतं ते बुद्धिसामर्थ्यावर मानवानं उकलून दाखविलं आहे. हे अधिक समजण्यासाठी थोडं खोलात शिरलं पाहिजे.

शास्त्रज्ञांचा महर्षी आइनस्टाइन म्हणतो की, काळ हा अखंड आहे. हे एवढंसं वाक्य सत्य म्हणून समजावून घेताना बुद्धीची फार होलपट होते. काळ हा अखंड आहे म्हणजे त्याचं इ. सन, सनापूर्वी हे आपण आपल्या सोयीसाठी पाडलेले तुकडे आहेत. जसा काळ हा अखंड आहे तशी प्रत्येक दृश्य वस्तू त्या काळाबरोबर परावर्तित होणारी आहे. अत्यंत सौम्य व सूक्ष्मपणे हे सतत चालू आहे.

या सर्व प्रक्रियेतून साहित्याला तपासून पाहिलं पाहिजे. तसं केलं तरच रामायण, महाभारत किंवा इलियड, ओडेसी ही महाकाव्यं आजही टवटवीत का वाटतात याचं कारण कळू शकेल. जीवनाचं सतत असं अखंड कालाबरोबर प्रकटन होत आहे. कॅलिडोस्कोपमध्ये जशा मोजक्याच काचा तुकड्यांच्या नानाविध आकृती दिसतात तसंच हे आहे.

मानवी जीवनाच्या त्रिकालाबाधित अशा ज्या वृत्ती-प्रवृत्ती आहेत त्यांचा कालाच्या अखंडत्वाशी सुसंगत असा प्रकट रूपानं लय साधणारा आविष्कार म्हणजे साहित्य. भूक कधी काळी विचारवंत बुद्धाला लागली. त्यानं रानडुकराचं भोजन केलं तसंच आजचाही एखादा माणूस काहीही भक्षण करतो. प्रेरणा तीच पण भुकेमागील बुद्धाचं तत्त्वज्ञान वेगळं आहे. साहित्यकाराला तेच आकलून घेता आलं पाहिजे. ज्यांच्यासाठी आपण लिहितो त्यांना ते समजेल अशा भाषेत त्याला ते मांडता आलं पाहिजे. थोडक्यातच कालाचं अखंडत्व व जीवनाचं सदा परिवर्तनशील रूप यांची त्याला सांगड घालता आली पाहिजे.

यासाठी थोर समाजसुधारक मार्टिन ल्यूथर किंग याच्या जीवनातील एक लक्षणीय समर प्रसंग विचार करायला लावणारा आहे. तो एका व्याख्यानासाठी गेला असताना त्याचं घर विरोधकांनी चिडीनं पेटवून दिलं. मार्टिन घरी परतला तेव्हा त्याला राख दिसली. त्याचे निग्रो सहकारी हजारोंच्या संख्येनं तिथं शस्त्रास्त्रं घेऊन जमले. मार्टिनच्या एका शब्दाचा अवकाश पुरे होता. तिथं जाळपोळीला ऊत आला असता. मात्र मार्टिननं सर्वच जमावाला शांत केलं. सर्वांना परत आपापल्या घरी जायला सांगितलं. त्यावेळचं त्याचं भाषण हा एक अजर साहित्याचा ठोस नमुना आहे. तो म्हणाला, ‘माझं घर पेटविलं हे काहीच नाही. विरोधक अशी मला धमकी घालतात की तुमच्या वस्तीवर बाँब टाकून त्याची राख करू. मी त्यांना एवढंच सांगू इच्छितो की त्या राखेतून पुन्हा जीवन उभं करणारी मानवाला न कळणारी एक आदि व अनंत शक्ती आहे, तिच्यावर माझा पूर्ण विश्वास आहे.’ मार्टिनचे हे विचार ऐकताच खवळलेला निग्रो जमाव शांत झाला. आला तसा परत गेला.

आज मराठीत दलित व ग्रामीण साहित्य जी सखोल आशय संपन्नता घेऊन येत आहे, त्याची मराठी वाचकांनी ठसठसी अचूक नस ओळखली पाहिजे. हजारो वर्षं कुचंबलेला एक समाजपुरुष काही सामर्थ्यशील अनुभव व आविष्कार घेऊन शारदेच्या दालनात दाद मागण्यासाठी आला आहे. कसलीही खळखळ व कद्रूपणा न करता मराठीच्या वाचक वर्गानं त्याचं स्वागत केलं पाहिजे. चोखोबांचे अभंग शिरोधार्य मानले तिला हे अवघड जाऊ नये. मानवी मनाचं पूर्णत्वाकडे जाण्यासाठी जे सततचं आविष्करण आहे, त्याचं उन्नयन करणारे जात, धर्म, भूप्रदेश यांच्या पलीकडं झालेलं प्रकटन म्हणजेच ते साहित्य!

◆

साहित्य संमेलन– सत्र १२ वे

केवळ महाराष्ट्रातच नव्हे, भारतातच नव्हे तर जगभर आपल्या 'सर्पसत्रासाठी' विख्यात असलेल्या बत्तीस शिराळ्याच्या सळसळत्या परिसरात द.म.सा. सभेच्या संमेलनाचंही १२ वं सत्र भरविण्याचा कुशल व योजक घाट घातल्याबद्दल सर्वप्रथम मी अध्यक्ष प्रा. देवदत्त पाटील, त्यांचे सहकारी प्रा. चंद्रकुमार नलगे व सर्व सुहृदांचं हार्दिक अभिनंदन करतो.

या तप:पूर्तीच्या सत्रासाठी अध्यक्ष म्हणून मला या सर्वांनी आत्मभावानं पाचारण केलं यासाठी प्रथम सर्वांचे मन:पूर्वक आभार मानतो.

नुकताच 'युगंधर' या श्रीकृष्ण चरित्रावरील महाकादंबरीच्या पूर्ततेतून बाहेर पडल्यामुळं मी आज हेतूत: साहित्याच्या अंगानं त्या भाषाशैलीतच पण ग्रामीण जीवन व तोंडावर उभं ठाकलेलं २१ वं शतक व सहस्रक यांना धरूनच बोलणार आहे. हे बोलणं त्यामुळे साहित्याच्या मूलभूत सूत्रांना व तत्त्वांना स्पर्श करून जाणारं उतरेल यात मला मुळीच संदेह वाटत नाही.

जसं मी जाणतो तसंच समोरचे तुम्ही सर्व आबाल-वृद्ध स्त्री-पुरुष चांगल्या अर्थानं व पिढ्यान्पिढ्या जाणता की, श्रीकृष्ण हा अस्सल भारतीय ग्रामीण होता.तो गोप-गवळी होता. त्यानं गाई-म्हशी चारल्या. त्यांच्या सहवासातच तो लहानाचा मोठा झाला. त्याचा ज्येष्ठ बंधू बलराम हा तर खांद्यावर नांगर वागविणारा बावन्नकशी शेतकरी होता.

श्रीकृष्ण-बलराम हे उत्तरेतील केवळ गंगा-यमुना खोऱ्यातीलच

नव्हे, तर उभ्या भारत देशातील गावोगावच्या मातीत राबणाऱ्या शेतकरी जीवनाचे उपलब्ध असे, सर्वप्रथमचे अधोरेखित असे ठसठशीत उद्‌गार आहेत.

गोप असलेला श्रीकृष्ण तत्त्वज्ञानाचं विश्वविख्यात उत्तुंग गीतेचं शिखर गाठणारा तत्त्वज्ञ झाला. चमत्काराच्या सर्व भाकडकथा निर्णायकपणे बाजूला सारून त्याच्या जीवन विक्रमाकडे बघता येईल असं मला ठामपणे वाटतं. गोकुळातील गोपाचा गीता सांगणारा पूर्णपुरुष कसा झाला? आजच्या २१ व्या शतकातील विशेषत: गेल्या १० वर्षांतील झपाट्यानं कात टाकलेल्या विज्ञानाचा विचार करता मला असं वाटतं की तुम्हा प्रत्येक जीवठायी श्रीकृष्णाचा जो एक अंश आहे, तो फक्त साहित्याच्या अंगानं समजून घेता येईल, तेही विज्ञानाच्या अटळ वाटेनं जाऊनच.

श्रीकृष्ण ज्या आचार्य सांदीपनींच्या आश्रमात शिकला त्याचं नाव होतं 'अंकपाद'. सध्याच्या मध्यप्रदेशातील उज्जैनमध्ये आजही या स्थळाचे अवशेष आहेत. या 'अंकपाद' आश्रमात श्रीकृष्णानं ज्या १४ विद्या व ६४ कला शिकून घेतल्या त्याचा एकमेव राजमार्ग होता सांख्ययोग!

या योगाचा सर्व वटवृक्ष उभा आहे तो प्रत्येक मानवाच्या पाठकण्याच्या मुळाशी असलेल्या कुंडलिनी शक्तीवर. तुम्ही शिराळकर सळसळते नाग अनेकवेळा डोळाभर बघितले आहेत. तुमच्या ठायीच्या पाठकण्यातील ऊर्जामय तेज:कांत सर्पनागाचं दर्शन तुम्हाला कधीतरी झालं आहे काय? ते व्हावं यासाठी कधीतरी तुम्ही जीवदेठापासून तळमळला आहात काय?

तसं दर्शन ओझरतं जरी झालं असेल तर तुम्हाला २१ व्या शतकाचं कसलंच भय वाटणार नाही. आज बऱ्याच गोष्टी विस्फोटाच्या रेषेवर येऊन ठेपल्या आहेत. आपल्या भारताची तशीच जगाची क्षणागणिक वाढती लोकसंख्या विस्फोटावरच आहे. त्यामुळेच वाढती बेकारी, गुन्हेगारी, भ्रष्टाचार विस्फोटाच्या तोंडावरच आहेत. आज आपण ज्याचं तोंडभर आ वासून कौतुक करतो आहोत, ते माहिती आणि तंत्रज्ञान येत्या १० वर्षांतच विस्फोटाच्या बिंदूला पोहोचणार आहे. जीवाच्या निर्मितीतील 'क्लोनिंग'सारख्या शोधानं ज्ञान विज्ञानाच्या अनेक क्षेत्रांची

उलटा-पालट करून टाकली आहे. २१ व्या शतकातील अशा विज्ञानभारित कालखंडात मानवी जीवनात 'साहित्य' या संकल्पनेला खरोखरच काही अर्थ उरतो काय?

पूर्ण चिंतनानंतर माझं ठाम मत आहे की, मानवी जीवनात आजच्या विज्ञानभारित पर्यावरणातही फक्त साहित्यालाच अर्थ उरेल. तो कसा काय आणि ते तुमच्या किंवा माझ्यासारख्या ठार ग्रामीण भागातल्या माणसानं समजून तरी कसं घ्यायचं? त्यासाठी मात्र फार दूर जायला नको. कुठल्याही अद्ययावत प्रयोगशाळेची कासही धरायला नको. मराठी मायबोलीच्या रोजच्या दिनक्रमात कुठं ना कुठं एका तरी छपराखाली देहूच्या तुक्या वाण्याचा नामोच्चार होतोच होतो. त्याचा एक तरी अभंग रोज एका ना एका भक्तमेळ्यात आळवला जातोच जातो. त्या तुमच्या आमच्या परमश्रेष्ठ जगद्गुरू तुकोबानं जे काही अर्थभाष्य शेकडो वर्षांपूर्वी करून ठेवलं आहे ते नीट समजून घेतलं पाहिजे. तुकोबाच्या अर्थपूर्ण जीवनभाष्याच्या थेट मुळाला जाऊन भिडलं पाहिजे. ते केलं की एखादी रेशमाची लड अलगद उलगडत जाते तसा नेमका जीवनार्थ आपणाला भिडत जातो.

काय म्हणाले तुकोबा आपल्या भाषेत? तर-
कोणी केली बाळा दुधाची उत्पत्ती
पोशितो श्रीपती एकलाची ।

अर्थ साधा व स्पष्ट आहे. तुमच्या माझ्या वा कोणाच्याही आईच्या देहात दुधाचा पान्हा कोण तयार करतो? कुठल्याही मातेच्या उरातील पान्ह्याच्या दुधाचा एक तरी थेंब कुठल्याही देशातील अद्ययावत प्रयोगशाळेत न्यूटन किंवा आइनस्टाइनसारख्या ऋषितुल्य वैज्ञानिकाला तरी कृत्रिमरीत्या तयार करता आला आहे काय? तसंच मानवी रक्ताचा एक थेंब तरी आजवर कुठलाही प्रज्ञावंत वैज्ञानिक तयार करू शकला आहे काय? 'नाही' हेच त्याचं निर्विवाद व स्पष्ट उत्तर आहे.

आजच्या प्रगत क्लोनिंगच्या तंत्रज्ञानावर कृत्रिमरीत्या हवा तसा मानवही तयार करता येईल पण त्याच्यातील 'मन' हा जो सर्वांत महत्त्वाचा अरूप वाटणार; पण सतत जाणवणारा भाग आहे त्याच्याशीच साहित्याचा अटळ व निकटचा संबंध आहे. मन कुठल्याही विज्ञानाला तयार करता आलं आहे काय? येईल काय?

म्हणूनच मानवी मनाची मशागत करणारी शब्दसृष्टी म्हणजे साहित्य. मानवी जीवनाचं थोडं तरी हित साधतं ते साहित्य. जे वाचल्यानं त्याच्या मनाचं अंशमात्र तरी उन्नयन होतं ते साहित्य! म्हणूनच सूर्याचं जसं समुद्रात, विशाल सरोवरात, मोठ्या नदीत, लहानशा डबक्यात किंवा गवताच्या पात्यावर थरथरत्या उभ्या असणाऱ्या दवबिंदूतही बिंब पडलेलं असतं, तसंच मूळ सच्च्या रचनेत खऱ्या साहित्याचं प्रतिबिंब पडलेलं असतं. नसेल पडलेलं तर ते पडायला हवं. सूर्य सत्य आहे असे ढोल किंवा डांगोरे कुणालाही व कधीच पिटावे लागत नाहीत. तो आहेच. म्हणूनच सच्च्या साहित्यसूर्याचा— ते सत्य आहे म्हणून— डांगोरा पिटण्याची काहीच गरज नाही. ज्ञानोबा, तुकोबा, एकनाथ, रामदास, मुक्ताई, जनाई आणि बहिणाई यांच्या रचनाकालात वृत्तपत्रे होती काय? तरीही त्यांचे सूर्यकिरणवत् विचार व साहित्य कसं काय टिकलं?

आजकाल तथाकथित प्रज्ञावंत व विचारवंत 'मराठी भाषा टिकेल काय?' असा ऊरबडवा, दिखलाऊ आकांत करताना दिसतात. सळसळत्या नागांच्या शिराळ्याच्या या परिसरात मला आवर्जून सांगितलं पाहिजे की, जोपर्यंत मराठी खेडं नांदतं आहे, त्याच्या गावकुसातील गौल-गोडे राबते आहेत, तोपर्यंत पहाटवेळेवर चरवीत चराचर उतरणाऱ्या दूधधारेसारखी तुमची आमची मराठी चराचर व्यापत तळपतच राहणार आहे. श्रवणबेळगोळच्या गोमटेश्वराच्या शिलालेखातील 'चामुंडराये करवियला' या दाखल्यानं काल ती कर्नाटकातही गरजत होती. 'आता विश्वात्मके देवे' या विश्वकल्याणाच्या प्रार्थनेवर ती परवा सुस्पष्टपणे बहरली आहे. आजही आपल्या मायबोलीची प्रकाशने देशाबाहेर होताहेत. उद्या त्यांची संख्याही वाढेल. यासाठी मात्र ज्या तुमच्या-आमच्या ओठांवर ज्ञानोबा-तुकोबा-शिवबा यांची मायबोली मराठी नवरसात नांदत आहे, त्यांनी परवलीचा एकमात्र शब्द कधीच विसरता कामा नये. तो आहे 'माझी मराठी' हा!

मित्रांनो, या मराठीची अस्सल शैली, तिचा म्हणून काय असेल तो रोकडा व कसदार डामडौल आज शिल्लक आहे तो फक्त ग्रामीण महाराष्ट्रात— खेड्यात. यासाठी खेड्यातील तरुण वर्गाला मी नेहमीच सांगत आलो व इथेही पुन्हा तेच सांगतो की, आयुष्यभर तुम्ही मातृभाषा

मराठी अभिमानानं खांद्यावर वागविली पाहिजे. राष्ट्रभाषा हिंदीच्या खांद्यावर हात ठेवून तुम्ही तिला सोबत म्हणून स्वीकारली पाहिजे आणि उद्याच्या विज्ञानाची अटळ भाषा म्हणून तर इंग्रजीच्या मस्तकावर तुम्ही तुमचं दमदार मावळी पाऊल ठेवलं पाहिजे. विश्वभाषा इंग्रजीस तर तुम्हाला मनाप्रमाणं हवं तसं वाकविता आलं पाहिजे.

सोनेरी ठिपकेदार नागाचाही १० अंकी फणा एका साध्या काठीनं सहज झुकविणाऱ्या बहाद्दर शिराळकरांनो, त्यांच्यासह ठिकठिकाणाहून इथं जमलेल्या मराठमोळ्या शब्दाशी खेळणाऱ्या निधड्या रचनाकारांनो, नीट लक्षात असू द्या- 'उद्याचं जग कुठल्याच प्रांतासाठी केवळ मायबोलीचं असणार नाही. त्याबरोबरच मायबोलीला विसरून त्याचं अस्तित्वच टिकणार नाही. हिमालयापासून कन्याकुमारीपर्यंत आपण एका भूपट्ट्याच्या स्वतंत्रतेचे नागरिक आहोत हे त्याला कधीच बाजूला सारता येणार नाही.' अर्थ स्पष्ट आहे. उद्याच्या जगासाठी त्याला शिराळा, मुंबई, दिल्ली ते प्रसंगी न्यूयॉर्क अशी घोडदौड व तीही रोज डोळ्यांसमोर ठेवावी लागेल.

येणारी आव्हानं मोठी आहेत म्हणून दचकून जातो तो मराठी भाषेचा पाईकच नव्हे. मित्रांनो, यासाठी दोन लक्षणीय रोकडे दाखले तुमच्यासमोर या संस्मरणीय भावमेळाव्यात ठेवल्याशिवाय मला राहवत नाही. तुमच्या-आमच्यासारखाच महाराष्ट्राच्याग्रामीण भागातून सरसरून पुढे आलेला विदर्भातील आदित्य हा १२ वर्षांचा युवक संगणकक्षेत्रात चर्चेचा विषय झाला आहे. बिल गेट्ससारखा या क्षेत्रातील 'दादा' माणूस त्याला मासिक हजारो डॉलर्स देऊ करून आपल्या देशात अमेरिकेत येण्यासाठी पाचारण करतो आहे. नगर जिल्ह्यातील असाच खेड्यातील श्री. गावडे हा तरुण आज बिल क्लिंटनसारख्या अमेरिकेच्या माजी राष्ट्राध्यक्षाची स्वीय सचिवाची जबाबदारी कुशलपणे सांभाळत आहे.

माझ्या तरुण मित्रांनो,

'आकांक्षा पुढती जिथे गगन ठेंगणे ।'

हा तुमच्या आमच्यासाठी काल होता, आज आहे आणि उद्याही अक्षुण्ण राहील असा महाराष्ट्राच्या खेड्यांतील लाल-काळ्या खऱ्या अर्थाने जवार मातीचा, अजर संदेश आहे.

महाराष्ट्राच्या कुलस्वामिनी तुळजाभवानीनं आपल्या कृपेचा भंडारा आठही हातांनी तुमच्या मस्तकावर उधळून हा संदेश तुमच्या जवान अंतरंगात अहोरात्र जागता ठेवावा अशी तिला आणभाक घालून थांबतो.

जय हिंद— जय महाराष्ट्र— जय मायबोली मराठी!!

◆

'मराठी'ची कास सोडू नका!

मराठीतील संतश्रेष्ठ, महाकवी, वंदनीय तुकाराम महाराज यांच्या नावे मराठा सेवा संघप्रणीत 'जगद्गुरू तुकोबाराय साहित्य परिषदे'तर्फे हे दुसरं राज्यस्तरीय मराठा साहित्य संमेलन अहमदनगर इथं संपन्न होत आहे. या दुसऱ्या राज्यस्तरीय मराठी साहित्य संमेलनाचं सन्माननीय अध्यक्षपद सगौरव मला एकमुखी प्रदान करण्याचा निर्णय आपण घेतला. त्यासाठी इथं अगत्यानं पाचारण केल्याबद्दल मी परिषदेचा सर्वप्रथम मन:पूर्वक आभारी आहे. सुमारे महिन्यापूर्वी संमेलनाचे स्वागताध्यक्ष किशोर मरकड, विजयकुमार ठुबे व साहित्यिक सन्मित्र डॉ. एस. एस. भोसले यांनी पुण्यात माझ्या निवासी येऊन समक्षच हे अगत्याचं आमंत्रण दिलं. डॉ. भोसले हे मूळचे कोल्हापूरचे. तिथंच ते विद्यार्थी म्हणून शिकले व काही काळ त्यांनी कोल्हापुरात प्राध्यापकीही केली. मी ज्याला एरवी खासगीत बोलताना 'भारतातलं एकमेव टेक्सास म्हणजे जिंदादिल शहर' असं वर्णन करतो, त्या कोल्हापूरचे एस. एस. हे साहित्यिक सुमित्र. त्यांचा आग्रह कुठलंही कारण पुढं करून परता सारणं शक्यच नव्हतं. एरवी मी इतिहास व छत्रपती शिवरायांचा मनस्वी अभ्यासक असल्यामुळे दुसऱ्या कुणाचाही अन्य काहीही कारण सांगून 'कात्रज' केला असता. कारण मी माझ्या दृष्टीनं महत्त्वाच्या अशा 'माझी धरती- माझं आभाळ!' या आत्मचरित्रात्मक लिखाणात सध्या पूर्णत: गुंतलो आहे. एस. एस. यांचा कोल्हापुरी दोस्ताना, मराठवाडा

मैत्री सहजी तोडता येणार नाही. तसा आज आलो आहे.

साहित्याच्या क्षेत्रात कुठलंही काम निष्ठापूर्वक व रामानं भेट दिलेल्या मोती-कंठ्यातील प्रत्येक मोत्यात राम आहे का, हे तो दाताखाली फोडून तपासून बघणाऱ्या हनुमंती वृत्तीनं करण्याचं व्रत मानणारा मराठीचा मी एक नम्र पाईक आहे. त्यासाठीच मराठी साहित्याच्या सद्य:स्थितीबद्दल या व्यासपीठावरून कोणताही हातचा न ठेवता मी स्पष्ट व परखड बोलणार आहे. त्यासाठी प्रथमच विनंती करतो की, हे विचार ऐकताना कृपया कुणीही, कसलाही अपसमज करून घेऊ नये. प्रथमच स्पष्ट करतो की मी कुठल्याही राजकीय पक्षाचा पाठीराखा नाही. पाठराखण करायचीच असेल तर ती चांद्यापासून बांद्यापर्यंत व बागलाणपासून बेळगावपर्यंत इथून तिथवर पसरलेल्या मराठी माणसाच्या सर्वंकष हिताची पाठराखण मी मोलाची मानेन. मराठी भाषा ज्याच्या तोंडात अहोरात्र आहे, त्याला मी 'मराठा' मानतो. ज्याची विचार करण्याची लय मराठमोळी आहे, त्याला मी मराठा मानतो. तो महाराष्ट्रात असो, महाराष्ट्राबाहेर असो, महाराष्ट्राबाहेर देशात असो वा परदेशात असो. माझे आजचे हे विचार त्याच्यासाठी आहेत. त्याच्या अंतिम हिताला दृष्टीसमोर ठेवून मी स्पष्ट व परखड बोलतो आहे.

आमचं आदरस्थान नाशिकचे महाकवी (स्व.) वि. वा. शिरवाडकर उर्फ कुसुमाग्रज. ज्यांना तमाम महाराष्ट्र 'तात्यासाहेब' म्हणून ओळखतो, त्यांनी मराठीच्या जागतिक परिषदेच्या व्यासपीठावरून असे स्पष्ट उद्‌गार काढले होते की, आज महाराष्ट्राच्या मंत्रालयाच्या दारात डोकीवर किरीट घातलेली; पण भिकारणीच्या वेषात मराठी उभी आहे!

त्यांच्या या विधानावर त्या वेळीच विचार करताना मला वाटलं होतं की, निदान मायमाऊली मराठीच्या मस्तकी अधिकृत राजभाषेचा किरीट तरी आहे.

आज विचार करताना स्पष्ट जाणवतं आहे की, ती किरीटधारी भिकारणीच्या वेशातील मराठी पूर्णत: असहाय आहे. बावरलेली, भेदरलेली आहे. कारण ज्या दरवाजाकडं तिनं लज्जारक्षणासाठी व संरक्षणासाठी डोळ्यात आस, आसवं आणून अपेक्षेनं बघावं, ते हक्काच्या घराचे दरवाजेच तुम्ही-आम्ही बंद केले आहेत.

काय आहे आज तुमच्या-आमच्या, तुकोबारायांपासून ज्ञानोबा-

चोखोबारायांपर्यंत सर्व अठरापगड मराठी माणसांच्या नाळेच्या मराठी भाषेची स्थिती?

तशी इंग्लंडमध्ये मँचेस्टरला सूतगिरणी सुरू झाली, तेव्हापासून खऱ्या विज्ञानयुगाची पहाट झाली. त्या युगाचे अनेक ग्रंथ भरून उरतील, एवढे टप्पे आहेत. एका-एका वैज्ञानिक प्रगतीवर एक-एक वर्षाची याप्रमाणे त्यासाठी अनेक व्याख्यानमाला द्याव्या लागतील. थेट विषयाला भिडण्यासाठी एवढंच सांगतो की, गत दहा वर्षांत वैज्ञानिक प्रगतीचा वेग विश्वभराच्या मानवजातीला भांबावून टाकील, असा उडाला आहे. गत दहा वर्षांत वैज्ञानिक प्रगतीतील माहिती व तंत्रज्ञान, जनुकशास्त्र, अंतराळविज्ञान, आण्विक संशोधन व क्षेत्रातील मानवी प्रगती तर 'मी मी' म्हणणाऱ्याला केवळ थक्क करून टाकणारी आहे. ही सर्व प्रगती प्रामुख्यानं 'इंग्रजी' या विश्वभाषेतूनच सरसरत पुढं आली आहे. साहजिकच आहे की, 'बे दुणे चार' हे जसं शिकवावं लागत नाही, तसंच आजच्या झपाटलेल्या वैज्ञानिक जगात टिकायचं असेल, तर इंग्रजीची कास धरल्याशिवाय तरणोपाय नाही हीसुद्धा काळ्या दगडावरची रेघच आहे.

प्रश्न एवढाच आहे की, इंग्रजीची कास धरण्यासाठी कासेच्या मराठीची वस्त्रगाठ सोडून टाकणं आवश्यक आहे काय? यासाठी उदाहरण एकच देतो, तेही एका नष्टप्राय झालेल्या राष्ट्राचं. यहुदी उर्फ ज्यू लोक हजारो वर्षं भूमिहीन, भाषाहीन म्हणून जगभर वणवण हिंडले. देशोदेशी त्यांच्या लाखांनी कत्तली झाल्या; पण १९५० मध्ये बेन गुरियन नावाच्या तारणहार नेत्याच्या अशरण इच्छाशक्तीच्या बळावर त्यांचं 'इस्त्राईल' हे राष्ट्र नव्यानं जन्माला आलं. भुईत गाडली गेलेली आपली 'हिब्रू' ही भाषा त्यांनी पुन्हा जिवंत केली. आज तेल अव्हिव या त्यांच्या राजधानीत हिब्रू भाषेतील विश्वविद्यालय आजच्या सर्व प्रमुख विज्ञानशाखांचा अभ्यास करीत दिमाखानं उभं आहे.

आपल्या महाराष्ट्राच्या राजधानीत मुंबईत आपल्या मायबोली मराठीची स्थिती काय आहे? आपल्या संपूर्ण महाराष्ट्राच्या शिक्षणक्षेत्रात मराठी कोणत्या प्रकारे व कोणत्या स्थानावर आहे? मराठीतील प्रादेशिक वृत्तपत्रं किती मराठी मालकांच्या हातात आहेत? ग्रामीण महाराष्ट्र, नागरी महाराष्ट्र आणि महानगरी महाराष्ट्र असे मराठीचे नकळतच गेल्या पन्नास वर्षांत तीन सरळसरळ कप्पे तयार झाले नाहीत काय? त्यांचा

तरी आपण एकाच नाळेचे, एकाच रक्ताचे म्हणून परस्परांशी काही भावसंबंध आज उरला आहे काय?

या आणि अशा अनेक व्यासपीठांवरून यापुढे प्रत्येक दिवसाला आणि प्रत्येक क्षणाला असे प्रश्न उठवून त्यांची तत्काळ उत्तरं मराठी माणसांनी शोधलीच पाहिजेत. कारण सिंहगडावर सूर्याजी मालुसऱ्यानं दोर तोडल्यावर गडावर उरलेल्या मावळ्यांची झाली होती, तीच स्थिती आज उभ्या महाराष्ट्रातील मराठी भाषिकांची आहे.

आजच्या या ऐरणीवरच्या समस्येला सावध थेटपणे भिडण्यासाठी स्पष्ट शब्दांत सांगतो की, विज्ञानभाषा व विश्वभाषा म्हणून महाराष्ट्रातील प्रत्येक बच्चानं पडतील ते कष्ट पेलून निर्धारपूर्वक इंग्रजीच्या खांद्यावर समर्थ आत्मविश्वासानं आपला हात ठेवला पाहिजे व तो तसा ठेवत असताना स्वतःच्या खांद्यावरची मातृभाषा मायमराठी तसूभरही खाली ढळणार नाही, याची दक्षताही कटाक्षानं घेतली पाहिजे.

थोडक्यात माझ्या तुकोबा-ज्ञानोबाच्या मराठीच्या तरुणानं युगाची भाषा आहे म्हणून संगणकाची इंग्रजी शिकावी. जनुकशास्त्राची, अंतराळविज्ञानाची इंग्रजी भाषा कवेत घ्यावी; पण त्याचबरोबर गेल्या दहा वर्षांतील झपाट्यानं कात टाकलेल्या विज्ञानयुगाची इंग्रजी मराठीत कशी आणता येईल, याची कास आता सत्वर धरावी. तुम्ही कृष्णेचं पाणी बोगदा खणून, खोदून हवं तसं वळवू शकता. काय, बदलत्या विज्ञानयुगाची इंग्रजी वळवून तुम्हाला मराठीत आणता येणार नाही? एकट्या आदित्य पाटील या मराठी विद्यार्थ्यानं कोवळ्या वयातच इंग्रजी संगणक इंजिनीअर होण्याचा विक्रम केला. एका विजय भटकर नावाच्या मराठी तरुणानं इंग्रजी महासंगणक सिद्ध केला. काय, तुमच्यापैकी एकालाही मराठीचं पांग फेडण्यासाठी मराठी भाषेतील संगणक सिद्ध करता येणार नाही?

आज माझ्या विचारांचा रोख प्रामुख्यानं तीन अंगांचा राहणार आहे. मराठीसाठी महाराष्ट्राच्या शासनाकडून कमीतकमी; पण तातडीनं पूर्तता व्हावी, अशा गोष्टींचा उल्लेख करणं. मला माहीत आहे, गेल्या पन्नास वर्षांत आपल्या देशातील प्रत्येक प्रांताला शासनानं हे करावं, शासनानं ते करू नये, असा कंठशोष करण्याची सवयच पडली आहे. या कंठशोषणाचा स्वर दर दशकात क्रमशः वाढतच गेला आहे. परिणामी

देशातील केंद्रीय असो वा प्रांतीय असो, शासन पूर्णत: बहिरं, बधिर झालं आहे. लोकांच्या मागण्या त्याला ऐकू येईनाशा झाल्या आहेत. त्यासाठी कशाला करायचा मागण्यांचा कंठशोष, या निर्णयाला मी आलो आहे. म्हणूनच केवळ एक रिवाज म्हणून कमीतकमी अत्यावश्यक गोष्टी या व्यासपीठावरून मी महाराष्ट्र शासनाच्या फक्त निदर्शनास आणून देणार आहे. मागणी अशी कोणतीच नाही.

१. महाराष्ट्र राज्यात मुंबईसह विविध शहरांत 'मराठी भाषा संचालनालय' असा फलक लटकावलेली कार्यालयं खरोखर चालू आहेत काय? असल्यास मुंबईशिवाय ती काम तरी कोणतं करताहेत?

२. चालू वर्षी 'जागतिक महिला वर्ष' म्हणून केंद्र शासनानं स्त्री शक्ती पुरस्कार सुरू केला आहे. काय या पुरस्काराला 'लोकमाता जिजाऊ स्त्री शक्ती पुरस्कार' असं सार्थ नाव देणं खरोखरच शक्य नाही? महाराष्ट्रातील सर्वपक्षीय नेतृत्वाला केंद्राकडे अशी मागणी घालणं खरोखरच अशक्य आहे काय? यापुढे तरी ही सुधारणा सत्वर होईल काय?

३. संगणक ही चालू विश्वयुगाची भाषा असल्यामुळं तो विषय मराठीच्या होनहार विद्यार्थ्यांनी शिकणं 'काळाची हाक' म्हणून अत्यावश्यक आहे हे मान्य; पण शालांत व उच्च माध्यमिक शालांत शिक्षणाच्या अभ्यासक्रमात तो 'मातृभाषा' म्हणून अनिवार्य असलेल्या मराठी भाषेला पर्याय म्हणून ठेवणं हे सरळसरळ मराठी शासनानं 'मातृभाषा मराठी'चा गळा घोटण्यासारखं नाही काय? खरोखरच महाराष्ट्राच्या शिक्षणतज्ज्ञांना, संगणक हा इतर विज्ञानविषयांना 'पर्यायी विषय' म्हणून ठेवता येणार नाही काय?

४. १९६० साली महाराष्ट्र राज्याची निर्मिती झाली. त्याचे पहिले मुख्यमंत्री म्हणून स्व. यशवंतराव चव्हाण यांनी जाणतेपणानं मराठी भाषा, साहित्य व संस्कृती यांची डोळस पाठराखण करण्यासाठी शासनाचं भक्कम पाठबळ त्यामागे उभं केलं. ते देशाचे संरक्षणमंत्री म्हणून दिल्लीला गेले. त्यांच्या माघारी आज २१ व्या शतकाच्या मुखापर्यंत वाटचाल झाली; पण गेली ७०० वर्षं लाखो मराठी भाषिक ज्या भागवतपंथाची पताका खांद्यावर घेऊन पंढरीला लाखोंच्या संख्येनं जाताहेत, त्या सकस संतवाङ्मयासाठी— त्याचा बदलत्या विज्ञानयुगानुसार

नवे अन्वयार्थ लावणाऱ्या प्रज्ञावंत साहित्यकारांसाठी— स्वतंत्र पुरस्कारांचं दालन करावं असं एकाही जाणत्या नेत्याला अद्याप कसं काय वाटलेलं नाही? ते वेळीच सुरू असतं, तर 'जगदगुरू तुकोबाराय पुरस्कार' घेणाऱ्या सत्पात्र रचनाकाराला केवढा हुरूप आला असता! त्यामुळं जनुकशास्त्र (क्लोनिंग) या आजच्या थक्क करणाऱ्या विज्ञानक्षेत्रातील स्टीफन फ्लेमिंगसारख्या आजच्या शास्त्रज्ञाला अभंगाच्या एकाच पंक्तीत निरुत्तर करणाऱ्या तुकोबांचं मोल कळलं असतं. तुकोबा म्हणालेत, 'कोणी केली बाळा दुधाची उत्पत्ती? पोशितो जगाशी श्रीपती ।।' कुठल्याही रसायनशाळेत कृत्रिमरीतीनं दुधाचा थेंबही जगातल्या कुठल्याही जनुकशास्त्राच्या तज्ज्ञाला तयार करता आलेला नाही.

५. अद्याप महाराष्ट्रातील ७ वी, १० वी व १२ वी अशा कुठल्याही वर्गाला उठल्या-बसल्या छत्रपती शिवराय, महात्मा फुले, राजर्षी शाहू महाराज, डॉ. आंबेडकर यांचा जप करणाऱ्या एकाही दूरदृष्टीच्या मराठी शासकीय महानुभावानं या महापुरुषांचं सुलभ छोटं चरित्रही अनिवार्य अभ्यासासाठी अद्याप लावलेलं नाही!

६. पुणे विद्यापीठ वगळता महाराष्ट्राच्या अन्य विद्यापीठांत जगद्‌गुरू तुकोबारायाचं अध्यासन का नसावं?

वरील सहाही मुद्द्यांकडे कुठल्याही जाणत्यानं बारकाव्यानं पाहिलं तर यात कुठल्याही शासनाला कडोसरीचा छदामही खर्ची घालण्याची खरं तर मुळीच गरज नाही, हे पटकन ध्यानी येईल. त्यासाठीच या गोष्टींचा आवर्जून या व्यासपीठावरून उल्लेख केला आहे. याला हवी फक्त मराठी भाषेवर नाळेचं प्रेम करण्याची धमक व मराठी भाषिकांसाठी अकृत्रिम बावन्नकशी प्रेम. या दोन्ही गोष्टी जबर राजकीय इच्छाशक्ती असलेल्या महापुरुषाच्या ठायीच आढळून येतील. महाराष्ट्रानं त्यासाठी आणखी किती प्रतीक्षा करावी, ती आता जगदंबाच जाणे! माझा खरा रोख आहे तो मराठी भाषेसाठी. मी वर सांगितलेला मराठा, कर्तव्य म्हणून खरोखरच आज काही करतो आहे का? यावर मी प्रथमच स्पष्ट उल्लेख केला आहे की आजची मराठी ग्रामीण, नागरी व महानगरी या स्पष्ट तीन टप्प्यांत विखुरली गेली आहे. या तिन्ही टप्प्यांचे एकमेकांचे संबंध म्हणून कसले ते मुळीच राहिलेले नाहीत. प्रत्येक टप्प्यातील मराठी भाषिकांची दिनरातीची खोड एकच आहे. खेड्यातील गावचौकात,

शहरातील शाळा-कॉलेजांतील कट्ट्यांवर व महानगरातील परिसंवाद, सभा, संमेलन यात अटीतटीनं फक्त राजकारणाचा काथ्याकूट करणं, त्याचा कीस पाडणं. पद्मश्री विठ्ठलराव विखे-पाटील, डॉ. धनंजयराव गाडगीळ, स्व. वैकुंठवासी मेहता यांनी सहकार पंढरीची वाट दाखविली. स्व. वसंतदादा पाटील व स्व. यशवंतराव चव्हाण यांनी ती डोळस दूरदृष्टीनं साफसूफ केली. म्हणून आजचा ग्रामीण महाराष्ट्र पत राखून उभा आहे. नाहीतर त्याचा गुन्हेगारीनं जर्जर बिहार केव्हाच झाला असता! कर्मवीर भाऊराव पाटील, कर्मवीर मामासाहेब जगदाळे, डॉ. पंजाबराव देशमुख यांच्यासारख्या जाणत्यांनी ज्ञानगंगा मराठा मुलुखाच्या खेड्यापाड्यापर्यंत नेली, म्हणून आजचा ग्रामीण महाराष्ट्र लिहितो, बोलतो आहे. नाहीतर कडक आत्मसन्मानाचा पिढीजात वारसा लाभलेला ग्रामीण महाराष्ट्र विनाशी अहंगंडाकडे वळून त्याचा आजचा अफगाणिस्तान केव्हाच झाला असता!

मराठी माणसानं जगात आणि विशेषत: सगळ्या बाजूच्या पडत्या काळाच्या जगात कसं वागावं याचं भान देण्यासाठी डोक्यावर खापर पालथं घालून गाडगे महाराज वणवण भटकले नसते, आपला रमणीय कोकण सोडून रखरखीत खानदेशात सानेगुरुजी आपल्या अमोल ज्ञानाचा यज्ञ करीत फिरले नसते, आपल्या डफळीच्या ठोक्यावर उभा ग्रामविदर्भ झडझडून जागा करीत तुकडोजी महाराज कष्टले नसते, तर 'भारत' या देशात जी काही 'लोकशाही' म्हणून आहे ती फक्त तुमच्या-आमच्या महाराष्ट्रात काय ती पदर सावरून उभी आहे हे वास्तवही दिसलं नसतं.

गेल्या १०-१५ वर्षांत महाराष्ट्राच्या या अमोल परंपरेचा वारसा मराठीचा समाजपुरुष, विशेषत: तरुणवर्ग जसा काही समूळ विसरूनच गेला आहे. आज प्रत्येकाला या ना त्या प्रकारे हवा आहे फक्त पैसा! त्यासाठी उभ्या ग्रामीण महाराष्ट्राची एक पिढी राजकारण्यांचे झिलकरी म्हणून 'जीऽ जीऽ' करतच वाया गेली. काय पडलं त्यांच्या हाती? त्यांनीच विचार करावा. तीच वाट आपणही धरायची काय, याचा समोरच्या तरुण पिढीनं आजच विचार करावा. क्षणाचाही विचार न करता स्वत:च्या कर्तृत्वाच्या अंगानं प्रथम आत्मशोध घ्यावा आणि मनाचा कौल मिळेल त्याप्रमाणं लहानमोठ्या उद्योगधंद्याचा लागलीच प्रारंभ करावा. मराठी माणसांचा स्वभाव व वृत्ती उद्योगधंद्याला योग्य

नाही हा आपल्याच तथाकथित विचारवंतांनी लादलेला न्यूनगंड निर्धारानं समूळ फेकून द्यावा. स्वीकारलेल्या धंद्याचा आर्थिक पडताळा किमान महिन्यातून एकदा तरी पारखून घेण्याची सवय प्रारंभापासूनच स्वत:ला लावून घ्यावी. त्यामुळे दृष्टीस पडणाऱ्या त्रुटी व उणिवा काटेकोर दक्षतेनं प्रारंभापासूनच कठोरपणे आपल्या जिभेवरची रोजबोलाची 'अरे-तुरे'ची भाषा प्रथम बंद केली पाहिजे. बोलीभाषेत समोरच्याला सन्मानाची, निदान भाषेची तरी पत आपणाला देता आली पाहिजे. समोरच्याला 'अहो-जाहो' म्हणून आदरानं बोलण्यात स्वत:कडे कसलाच कमीपणा येत नाही हे मराठी माणसानं प्रथम नीट समजून घेतलं पाहिजे. त्यात कवडीचंही नुकसान नाही हे ओळखलं पाहिजे.

महाराष्ट्रात ७० टक्के एवढी निरक्षरता आहे. भारताच्या केरळ या प्रांतात ८० टक्के एवढी साक्षरता आहे. ही साक्षरतासुद्धा त्यांची इंग्रजी माध्यमातून आहे. कसं टिकणार त्यांच्याशी कुठल्याही क्षेत्रातील स्पर्धेत मराठी तरुण? यासाठी एकच विचार या महत्त्वाच्या व्यासपीठावरून आपल्या अंत:करणापर्यंत पोहोचवू इच्छितो. भोवती पसरलेल्या निरक्षरांतील किमान दोन तरी तरुण उभ्या आयुष्यात जो कोणी व्यवहारापुरतं का होईना, मराठी लिहायला व वाचायला शिकवेल, त्यानं तुकोबा-शिवबांचं पांग फेडलं असंच मी मानेन.

नुकतीच राजस्थानातील 'जोहाडवाला बाबा' या नावाच्या एका कर्तबगार व कृतिशील राजस्थानी विचारवंताची कथा वृत्तपत्रातून प्रकाशित झाली आहे. त्यांनी दुष्काळानं व पाणीटंचाईनं ग्रासलेल्या राजस्थानात एक-दोन नव्हेत, ४५,००० बांध राजस्थानी लोकांच्या हातांनी बांधून घेतले. परिणामी त्या त्या राजस्थानी भागात वाळवंटाच्या जागी हिरवळ उभी राहिली आहे. पिण्याच्या पाण्याचा जीवघेणा प्रश्न तिथं निकालात निघाला आहे. या कर्तबगारीसाठी त्या वीर भारतीयाला नुकताच 'मॅगेसेसे' हा जागतिक कीर्तीचा पुरस्कारही देण्यात आला. हा वास्तव पाणपराक्रम आपल्या देशातच घडला आहे. काय महाराष्ट्र हे वाचल्यानंतरही अमुक इतक्या गावांना टँकरने पाणीपुरवठा केला जातो अशा नुसत्या बातम्याच वाचणार आहे? यातून उद्याच्या महाराष्ट्रासाठी तो काहीच धडा शिकणार नाही काय?

आतापर्यंत मी माझ्या आजच्या अध्यक्षीय भाषणातील दोन मुद्दे

स्पष्ट केले. पहिला होता- राजकीय इच्छाशक्ती असेल तर शासकीय खुर्चीत बसून जाणता शासनकर्ता, समाजाला जुनी कळकट कात टाकून नव्या प्रेरणा कशा देऊ शकेल याचा रोख धरणारा. दुसरा मुद्दा होता- कसलीही शासकीय अपेक्षा न ठेवता आपल्या ठायीच्या इच्छाशक्तीचा शोध घेऊन आजचा मराठी युवक काय करू शकतो, त्यानं काय करावं, याचा रोख धरणारा. सर्वांत शेवटी मी मांडतो आहे तो तिसरा मुद्दा अत्यंत महत्त्वाचा आहे. त्याला मी 'आध्यात्मिक अधिष्ठान' असं थोडक्यात म्हणेन.

'आध्यात्मिक अधिष्ठान' हा शब्द किंवा ही संकल्पना कुणालाही जड-बोजड वाटेल. त्यासाठी मराठी समजेल असा सोप्यातला सोपा शब्द वापरतो. इथं जमलेल्या प्रत्येक मराठी तरुणाठायी हवा तो बावन्नकशी, ठणठणीत आत्मविश्वास. कशावर तरी निरपेक्ष व दृढ श्रद्धा असल्याशिवाय हा आत्मविश्वास काही आभाळातून टपकत नाही. कुठला तरी आदर्श डोळ्यांसमोर ठेवल्याशिवाय माणूस कसलाच पराक्रम करू शकत नाही. महाराष्ट्राला असे आदर्श शोधण्यासाठी रानोमाळ भटकण्याची मुळीच गरज नाही. छत्रपती शिवराय तुमचे-आमचे असे आदर्श होते व आहेत. ज्यांच्या नावानं हे संमेलन संपन्न होत आहे, ते जगद्गुरू तुकोबाराय असेच कधीही न काळवंडणारे, अक्षुण्ण आदर्श आहेत.

तुम्हीच मला सांगा, कुठल्याही प्रसारमाध्यमांची साधनं हाताशी नसताना छत्रपती शिवरायांनी गडा-गडावरच्या व खेड्या-खेड्यावरच्या अडाणी मावळ्यांपर्यंत स्वराज्याचा अर्थ कसा पोहोचविला? पहिली कित्येक वर्षं पंढरीच्या वारी करणं शक्य न झालेल्या तुकोबारायांनी भागवतपंथाचा कळस कसा काय गाठला? उत्तर सहज व सोपं आहे. त्यांची कशावर तरी दृढ श्रद्धा होती. हिलाच आध्यात्मिक अधिष्ठानाचा ठेवा म्हणतात. या संमेलनासाठी आपण सर्व जण दूरदूरहून या अहमदनगरला लोटला आहात. व्यक्तिगत कर्तव्यं प्रत्येकाला असतीलच. काही ठरावीक समय देऊन करण्याजोगी अत्यंत तातडीची व महत्त्वाची कामंही असतील. कुणाच्या घरी जिव्हाळ्याच्या आप्तांपैकी कुणीतरी रुग्णशय्येवर असेल, त्याला तातडीनं वैद्यकीय उपचारांची गरजही असेल, कुणाची शेतीची, उद्योगाची पावसाळ्यात वेळेवर करण्याची

कामं तशीच पडली असतील. तरीही तुम्ही इथं आवर्जून आला आहात. ते का? या 'का'लाच तुमचे तुम्हीच उलटे-सुलटे प्रश्न घालावेत. तुमचं उत्तर तुम्हालाच मिळेल. माझ्या शेवटच्या व अत्यंत महत्त्वाच्या मुद्याचा आध्यात्मिक अधिष्ठानाचा मला अभिप्रेत असणारा अर्थ कुणाच्याही मध्यस्थीशिवाय थेट तुमचा अंतःकरणालाच पोहोचेल. काय करावं, काय करू नये याचं उत्तर तुम्हालाच मिळेल. तसं झालं, तर अहमदनगरच्या या ऐतिहासिक नगरीत मराठा सेवा संघप्रणीत दुसरं जगद्गुरू तुकोबाराय साहित्य संमेलन आयोजित करणाऱ्या सर्व लहान-थोर कार्यकर्त्यांचा हेतू सफल झाला, याचं त्यांना समाधान मिळेल. अंततः माझे विचार एवढा वेळ आपण शांतपणे ऐकून घेतल्याबद्दल, मला इथं पाचारण केल्याबद्दल अंतःकरणपूर्वक आभार मानतो नि म्हणतो की, आई जगदंबे, समोरच्या प्रत्येकाच्या अंतरंगातील तुझ्या दीप्तीचा पोत उजाळून उठो!

इति अंबे उदो!! शुभम् भवतु!!!

♦